ധാക്ക എക്സ്പ്രസ്

അഭയാർത്ഥികൾ വന്ന വഴിയിലൂടെ

Dhakka Express
Abhayarthikal vanna vazhiyiloode
Travelogue

Dr. Shijukhan

CHINTHA PUBLISHERS
Thiruvananthapuram

First Edition
October 2022

Published & Typesetting
Chintha Publishers, Thiruvananthapuram

Cover Design
Vinod Mangoes

ISBN : 978-93-94753-45-7

CO - 3202 / 6234

Email: chinthapublishers@gmail.com
Website: www.chinthapublishers.com

A version is available at National Libraries
Kolkata, Mumbai, Chennai and Delhi

Distribution
DESHABHIMANI BOOKHOUSE
H O Thiruvananthapuram 695035

Branch
Head Office Kunnukuzhi • Statue Thiruvananthapuram
KSRTC Bus Terminal Thampanoor • Saphalyam Complex Thiruvananthapuram
KSRTC Bus Station Alappuzha • KSRTC Bus Station Ernakulam
Machingal Lane Thrissur • IG Road Kozhikode
Mavoor Road Kozhikode • NGO Union Building Kannur
Central Bus Terminal Complex Thavakkara Kannur

ധാക്ക എക്സ്പ്രസ്

അഭയാർത്ഥികൾ വന്ന വഴിയിലൂടെ

ഡോ. ഷിജൂഖാൻ

ചിന്ത പബ്ലിഷേഴ്സ്
തിരുവനന്തപുരം-695 035

ഡോ. ഷിജൂഖാൻ

നെടുമങ്ങാട് താലൂക്കിലെ പത്താംകല്ല് കണിയാംകടവിൽ ജനിച്ചു. അടിയന്തരാവസ്ഥ സമരഭടനായിരുന്ന അന്തരിച്ച് പേട്ട ജഹാന്റെയും എഫ് സൈദാബീവിയുടേയും മകൻ. നെടുമങ്ങാട് ഗവ. കോളേജിൽനിന്ന് ചരിത്രത്തിൽ ബിരുദം, യൂണിവേഴ്സിറ്റി കോളേജിൽനിന്ന് മലയാള ഭാഷയിലും സാഹിത്യത്തിലും ബിരുദാനന്തര ബിരുദം, തിരുവനന്തപുരം പ്രസ് ക്ലബ്ബിൽനിന്ന് ജേർണലിസത്തിൽ ബിരുദാനന്തര ഡിപ്ലോമ, യു ജി സി നെറ്റ് എന്നിവ കരസ്ഥമാക്കി. കേരള സർവ്വകലാശാലയിൽനിന്ന് മലയാളത്തിൽ ഡോക്ടറേറ്റ് നേടി. ഡി വൈ എഫ് ഐ തിരുവനന്തപുരം ജില്ലാ സെക്രട്ടറിയും സംസ്ഥാന ജോയിന്റ് സെക്രട്ടറിയുമാണ്. കേരള സംസ്ഥാന ശിശുക്ഷേമ സമിതിയുടെ ജനറൽ സെക്രട്ടറി, സംസ്ഥാന സ്കൂൾ കരിക്കുലം കമ്മിറ്റി അംഗം എന്നീ നിലകളിൽ പ്രവർത്തിക്കുന്നു.

കൃതികൾ: *ജനകീയവിദ്യാഭ്യാസം ഒരു വിദ്യാർത്ഥിപക്ഷ ഇടപെടൽ, നിരോധനങ്ങളുടെ റിപ്പബ്ലിക്, കുട്ടികളുടെ അവകാശങ്ങൾ ഒരു സത്യവാങ്മൂലം* (ലേഖന സമാഹാരം), *താലിബാൻ മുദ്രകൾ വിചാരണ ചെയ്യപ്പെടുന്നു* (എഡിറ്റർ, ലേഖന സമാഹാരം), *ഗുട്ടെൻ മോർഗൻ* (യാത്രാവിവരണം), *നിലാവ്, മാലേഗാവിലെ കൂട്ടുകാരൻ* (കവിതകൾ). *ശ്രദ്ധേയരായ മലയാളികളുടെ യൗവനകാലം അടയാളപ്പെടുത്തിയ യൗവനത്തിന്റെ പുസ്തകം* എന്ന കൃതിയുടെ എഡിറ്റർ.

എസ് എഫ് ഐ സംസ്ഥാന പ്രസിഡന്റ്, അഖിലേന്ത്യാവൈസ് പ്രസിഡന്റ്, കേരള സർവ്വകലാശാല സിന്റിക്കേറ്റ് മെമ്പർ എന്നീ നിലകളിൽ പ്രവർത്തിച്ചു. സി പി ഐ (എം) തിരുവനന്തപുരം ജില്ലാ കമ്മിറ്റി അംഗമാണ്. ജർമ്മനിയിൽ നടന്ന അന്താരാഷ്ട്ര സാംസ്കാരിക വിനിമയ പരിപാടിയിലും ബംഗ്ലാദേശിൽ ചേർന്ന രാജ്യാന്തര ചരിത്ര പൈതൃക സമ്മേളനത്തിലും പങ്കെടുത്തു. മികച്ച ലേഖനത്തിനുള്ള കാസർഗോഡ് തുളുനാട് പുരസ്കാരം, മികച്ച യാത്ര വിവരണത്തിനുള്ള തിരുവനന്തപുരം വിതുരോദായം പുരസ്കാരം എന്നിവ ലഭിച്ചു.

ജീവിതപങ്കാളി : സിബി എൻ
(കെ എ എസ് ഓഫീസർ ട്രെയിനി)
മകൻ : ആഷിൻ ഗസൽ
സഹോദരങ്ങൾ : ഷഫീഖ് (ജീവിച്ചിരിപ്പില്ല), ഷീജ സമീർ
വിലാസം : ഷിജു മൻസിൽ, പത്താംകല്ല്,
മഞ്ച തപാൽ, നെടുമങ്ങാട്
പിൻ : 695541
മൊബൈൽ : 09446326095
Email : shijukhanpathamkallu@gmail.com
facebook : http://www.facebook.com/
shijukhan.pathamkallu

ഉള്ളടക്കം

പ്രസാധകക്കുറിപ്പ്

ധാക്ക എക്സ്പ്രസ് ഒരു പ്രതീകമാണ്. ഒരു ജനതയെ അതിർത്തിയെന്ന അസംബന്ധം കീറിമുറിച്ചുപോകുമ്പോൾ ധാക്കയിലേക്ക് കൊൽക്കത്തയിൽനിന്നും ഒരു തീവണ്ടി പുറപ്പെടുന്നു, മൈത്രി എക്സ്പ്രസ്, ഇരു രാജ്യങ്ങളായിരിക്കുമ്പോഴും ഭാഷയാലും സാഹിത്യത്താലും സിനിമയാലും ബന്ധിപ്പിക്കപ്പെട്ടിരിക്കുന്നു, പശ്ചിമബംഗാളും ബംഗ്ലാദേശും. എഴുത്തുകാരനും ഗവേഷകനും രാഷ്ട്രീയ പ്രവർത്തകനുമായ ഡോ. ഷിജൂഖാൻ വൈക്കം മുഹമ്മദ് ബഷീറിനെക്കുറിച്ച് ഒരു പ്രബന്ധാവതരണത്തിനാണ് ധാക്കയിലെത്തുന്നത്. ധാക്ക എന്ന മഹാ അനുഭവത്തിന്റെ, സാംസ്കാരിക സവിശേഷതകളുടെ ഭൂമികയിലേക്കാണ് ഡോ. ഷിജൂഖാൻ നമ്മെ കൊണ്ടുപോകുന്നത്. ബംഗ്ലാദേശ് വിമോചന പോരാട്ടക്കാലത്ത് ഇന്ത്യയിലേക്ക് ഒഴുകിയെത്തിയ അഭയാർത്ഥികളെ നെഞ്ചേറ്റിയതിന്റെ പേരിൽ, വിമോചന പോരാട്ടങ്ങൾക്ക് തുണയേകിയതിന്റെ പേരിൽ വംഗജനത ഇന്ത്യയുമായി ഹൃദയം കൊരുക്കുന്നു. ഷിജൂഖാൻ ഒരിടത്തു സൂചിപ്പിച്ചതുപോലെ രണ്ടാമതൊരുവട്ടം ചിന്തിക്കുമ്പോൾ മാത്രമേ നാം വേറൊരു രാജ്യത്താണെന്ന് അറിയുകയുള്ളൂ. യാത്രയുടെ സുഗന്ധം പരത്തുന്ന കൃതിയിലേക്ക് നമുക്ക് പ്രവേശിക്കാം.

ചിന്ത പബ്ലിഷേഴ്സ്

ആമുഖം

ആധുനിക ബംഗ്ലാദേശ് ഉദയംകൊണ്ടതിന്റെ അമ്പതാം വാർഷികമാണിത്. അവിഭക്ത ഇന്ത്യയിൽനിന്ന് വേർപിരിഞ്ഞ് 1947 ൽ പാകിസ്ഥാൻ രൂപംകൊണ്ടെങ്കിലും 1971 ൽ പാകിസ്ഥാൻ വീണ്ടും വിഭജിക്കപ്പെട്ടു. അവിടെ ശക്തമായ ഭാഷാസമരമാണ് നടന്നത്. പാകിസ്ഥാൻ ഭരണകൂടത്തിന്റെ വേട്ടയും വംശഹത്യയും ലോകത്തെ നടുക്കി. ബംഗാളിജനതയുടെ ത്യാഗനിർഭരമായ പോരാട്ടത്തെ ഇന്ത്യ പിന്തുണച്ചു. ഒടുവിൽ ഇന്ത്യക്കെതിരെ പാകിസ്ഥാൻ യുദ്ധം ആരംഭിച്ചു. 13 ദിവസം നീണ്ടുനിന്ന ഇന്ത്യ–പാകിസ്ഥാൻ യുദ്ധത്തിൽ ഇന്ത്യൻ സൈനികർക്കു മുന്നിൽ പാകിസ്ഥാൻ അടിയറവു പറഞ്ഞു. ആ യുദ്ധത്തിന്റെ അമ്പതാം വാർഷികാഘോഷവേളയാണിത്.

അപ്രതീക്ഷിതമായി ഒരു ബംഗ്ലാദേശ് യാത്രയ്ക്കുള്ള അവസരം ലഭിച്ചപ്പോൾ ഞാൻ പകർത്തിവച്ച കുറിപ്പുകളാണ് ഈ പുസ്തകത്തിലുള്ളത്. ഇത് പൂർണ്ണ അർത്ഥത്തിൽ സഞ്ചാര സാഹിത്യമല്ല. ബംഗാളിന്റെ ചരിത്രത്തിലൂടെ, ഭാഷാസമര സ്മാരകങ്ങളിലൂടെ, ശൈഖ് മുജീബ് റഹ്മാന്റെ പോരാട്ടത്തിലൂടെ, ബംഗ്ലാദേശിന്റെ സാംസ്കാരിക–രാഷ്ട്രീയ സമസ്യകളിലൂടെയുള്ള ഒരന്വേഷണമാണിത്. ബംഗ്ലാദേശിനെ മനസ്സിലാക്കാൻ ആഗ്രഹിക്കുന്നവർക്ക് ഒരു കൈപ്പുസ്തകം. അഭയാർത്ഥികൾ വന്ന വഴിയിലൂടെ ഒരു മടക്കം. ഈ താളുകളിൽ എന്റെ അനുഭവങ്ങൾ കുറവാണ്. അനുഭവങ്ങളെ മുൻനിർത്തിയുള്ള അന്വേഷണമാണ് ഇതിലേറെയും. ധാക്ക എക്സ്പ്രസ് വായനക്കാർക്കുമുന്നിൽ സവിനയം സമർപ്പിക്കുന്നു.

ഷിജൂഖാൻ

ശുഭോഷോക്കാൽ

ഭൂമിയിലെ ഓരോ മനുഷ്യനും അവനവനെ കണ്ടെത്തുന്ന ചില സ്ഥലികളുണ്ടാവും. തീർച്ചപ്പെടുത്തലുകളോ മുൻവിധികളോ ഇല്ലാതെ സ്വയം വീണ്ടെടുക്കാനുള്ള അവസരങ്ങളാവും ആ ഭൂമികകൾ പ്രദാനം ചെയ്യുക. ഞാൻ ചെന്നുപെടാറുള്ള അനേകം സ്ഥലങ്ങൾ അങ്ങനെയാണ്. ലക്ഷ്യത്തിലില്ലെങ്കിലും മാർഗ്ഗത്തിലേക്ക് വന്നു കയറുന്ന പരിചിതഗന്ധങ്ങൾ. അബോധത്തിൽ ആണ്ടിറങ്ങുന്ന അഭിലാഷങ്ങൾ. ഉള്ളം നിറഞ്ഞു കവിയുന്ന നിമിഷങ്ങൾ. ഏതു നേരത്തും ആരുമറിയാതെ കുതിക്കുന്ന ആത്മാവിന്റെ ആനന്ദങ്ങൾ...

അയല്ക്കാരിലേക്ക് സഞ്ചരിക്കുക എന്നാൽ, രണ്ടു കാര്യങ്ങളാണ്. അവനവനെ കൂടുതൽ അറിയുക എന്നും വൈവിദ്ധ്യങ്ങൾ നിറഞ്ഞ വലിയ ലോകങ്ങളിലേക്ക് സഞ്ചരിക്കുന്നതിന്റെ തുടക്കമെന്നും. ആദാന-പ്രദാനങ്ങളുടെ തത്ത്വശാസ്ത്രം അഭ്യസിച്ചു തുടങ്ങുന്നത് വീട്ടുമുറ്റങ്ങളിൽ നിന്നാണ്. ലോകത്തെ എല്ലാ കഥകളുടെയും പ്രമേയങ്ങളുടെ അടിസ്ഥാനം രണ്ടു കാര്യങ്ങളാണെന്ന് വായിച്ചിട്ടുണ്ട്. ഒന്ന്, യാത്ര പോകുന്ന ഒരു മനുഷ്യൻ, രണ്ട്, നാട്ടിൻപുറത്തുനിന്നെത്തുന്ന ഒരു മനുഷ്യൻ. എല്ലാ ആഖ്യാനങ്ങളെയും ആവിഷ്കാരങ്ങളെയും നീട്ടിയും കുറുക്കിയും യാത്ര എന്ന പ്രമേയത്തിലെത്തിക്കാം. ജീവിതം ഏറ്റവുമേറെ ഉപമിക്കപ്പെട്ടതും മറ്റൊന്നിനോടുമല്ലല്ലോ.

എല്ലാ ബന്ധങ്ങളും രക്തസാഹോദര്യം പോലെ വിശുദ്ധമാണ്; ആത്മത്തോട് ചേരുന്നതും.. അയല്വീടുകളെപ്പോലെ അയല്രാജ്യങ്ങളും അതിനപ്പുറത്തെ മനുഷ്യരും നമുക്ക് പ്രിയപ്പെട്ടവരാകുന്ന രസതന്ത്രം. കുട്ടിക്കാലത്ത് വായിച്ചെടുത്ത ദേശാന്തരയാത്രകൾ. ചരിത്രവും പൗരധർമ്മവും ഗൃഹപാഠം ചെയ്ത സ്കൂളിലെ നാളുകൾ. ഒറ്റ സ്നാപ്പിൽ

ഒരിക്കലും ഒതുങ്ങാത്ത ഇന്ത്യയുടെ ഭൂപടം വരച്ചു തെറ്റിച്ച പരീക്ഷകൾ. നിശ്ശബ്ദരേഖയിൽ ഒതുങ്ങുന്നതല്ല അതിർത്തി ഗ്രാമങ്ങൾ. ഇലയനക്കം പോലും റഡാറിന്റെ നിരീക്ഷണ വലയത്തിൽനിന്ന് വിട്ടുപോകുന്നില്ല. മനുഷ്യർ സമുദ്രങ്ങൾക്ക് കുറുകെ വിളക്കുമാടങ്ങളെ പ്രതിഷ്ഠിച്ചിരിക്കുന്നു. ആകാശ വിസ്മയങ്ങൾക്ക് ഭ്രമണപഥമൊരുക്കുന്നു. സ്വയം ചേർന്നിരിക്കുന്നതും ആത്മഭാഷണം നടത്തുന്നതും ഏകാന്തയാത്രകളിലാണ്. ശുഭാപ്തിയുടേതും അശുഭാപ്തിയുടേതുമായ വിശ്വാസങ്ങൾ അലയടിക്കുന്ന ഒരു കടൽ മനസ്സിൽ ഉരുവംകൊള്ളുന്നു. ഇതുവരെ ചെന്നെത്തിയിട്ടില്ലാത്ത സ്ഥലങ്ങൾ. അവിടേക്ക് നീളുന്ന മനോവിഭ്രാന്തികൾ. ഭൗതികമായ ദൂരത്തെ കുറവു ചെയ്യുന്ന ആത്മീയമായ ഉണർവ്വുകൾ. അപ്പോഴും വിസയും പാസ്പോർട്ടും മനുഷ്യന്റെ മനോയാത്രകൾക്കു കുറുകെ പോലും വന്മതിൽ തീർക്കുന്നു. തിരിച്ചറിയൽ രേഖയില്ലാതെ സഞ്ചരിക്കാവുന്ന സ്ഥലങ്ങൾ ഭൂമിയിലെവിടെയുണ്ട്?

പാകിസ്ഥാനിലേക്ക് പോവുക എന്ന കാര്യം ചിന്തിക്കാൻ ധൈര്യമുണ്ടോ?

ഭാവനപോലും രാജ്യദ്രോഹമായേക്കാം! പാകിസ്ഥാനിൽനിന്നുള്ള പാട്ടു കേട്ട കുട്ടികൾ ജയിലിലടയ്ക്കപ്പെട്ട വാർത്തകൾ..... എന്നാൽ പഴയ 'കിഴക്കൻ പാകിസ്ഥാനി'ലേക്ക് പോവുക അത്രമേൽ പ്രയാസമില്ലാത്ത സംഗതിയാണ്. അത് ഇപ്പോഴത്തെ ബംഗ്ലാദേശാണ്..

അയല്പക്കങ്ങളെ അറിയുക എന്നാൽ അവനവനിടങ്ങളിൽനിന്ന് വിടുതൽ നേടുന്നതിന്റെ ആദ്യപടിയാണ്.

വംഗദേശം ചരിത്രത്തിലും വർത്തമാനത്തിലും നമുക്ക് അന്യദേശമല്ല. പൊക്കിൾക്കൊടി ബന്ധമാണ് ഇന്ത്യക്ക് ബംഗ്ലാദേശുമായുള്ളത്. അതിർത്തിവരകൾകൊണ്ടുള്ള അകറ്റി നിർത്തലുകൾക്കപ്പുറം സ്നേഹവും കരുതലുകളുമൊക്കെയുള്ള സാഹോദര്യം.

യാദൃച്ഛികമായാണ് ബംഗ്ലാദേശ് സന്ദർശനത്തിനായുള്ള അവസരം എനിക്ക് ലഭിച്ചത്. അപ്രതീക്ഷിതവും ആകസ്മികവുമായ യാത്രകൾ മുൻകൂട്ടി നിശ്ചയിച്ചവയെക്കാൾ സുന്ദരമാണ്. മുന്നൊരുക്കം നടത്തിയ എത്രയോ സഞ്ചാരങ്ങൾ പാതിവഴിയിൽ ഉപേക്ഷിച്ചിട്ടുണ്ട്. ഗ്രാമങ്ങളും നഗരങ്ങളും താണ്ടി ദിശതെറ്റി യാത്ര ചെയ്തിട്ടുണ്ട്. ഇന്ത്യയിലങ്ങോളമിങ്ങോളം അലഞ്ഞുനടന്നിട്ടുണ്ട്. എന്നാൽ പശ്ചിമബംഗാളിലേക്കുള്ള പല യാത്രകളും തടസ്സപ്പെട്ടതിന്റെ കാരണമെനിക്കറിയില്ല. ചിലയിടങ്ങളിലേക്ക് പോകാൻ നിമിത്തങ്ങൾ തന്നെ സംഭവിക്കണമെന്ന് ഒരു സതീർത്ഥ്യൻ പറഞ്ഞത് ഓർക്കാറുണ്ട്. നിമിത്തങ്ങളിൽ എനിക്ക് വിശ്വാസമില്ല. നമ്മുടെ ബംഗാളിന്റെ തൊട്ടടുത്താണ് അവരുടെ ബംഗ്ലാദേശ് എന്ന് കേട്ടിട്ടുമുണ്ട്. എങ്കിലും പരിചയക്കാരോ സുഹൃത്തുക്കളോ ബന്ധുക്കളോ ഇല്ലാത്ത നാടാണ്. ഇത്ര അടുത്തുള്ള ഒരു ദേശത്തെക്കുറിച്ച് എത്ര അജ്ഞനാണ് ഞാൻ! അടുത്തുള്ളവയെ അറിയാതെ ഏത്

ജ്ഞാനസാഗരം നീന്തിയിട്ടും എന്ത് ചെയ്യാനാണെന്ന് ഇത്തരം അവസരങ്ങൾ ഓർമ്മിപ്പിക്കും.

കേവലമൊരു വിനോദ സഞ്ചാരിയുടെ കുപ്പായം ധരിച്ചല്ല വംഗ ദേശത്തേക്കുള്ള നിയോഗം. കാര്യവട്ടം ക്യാമ്പസിലെ പ്രൊഫ. സി ആർ രാജഗോപാൽ മുഖാന്തരമാണ് ബംഗ്ലാദേശ് യാത്ര വീണുകിട്ടിയത്. ധാക്കയിലെ ഇതിഹാസ് അക്കാദമിയുടെ ചരിത്ര–പൈതൃക സമ്മേളനത്തിലേക്കുള്ള ക്ഷണപത്രം. രാജഗോപാൽ സാർ ഇന്നില്ല. നാടുകളുടെ വഴക്കങ്ങളെയും വാങ്മയങ്ങളെയും ഇത്രയുമറിഞ്ഞ അദ്ധ്യാപകനിൽനിന്ന് മലയാളിക്ക് ഇനിയും ഒരുപാട് അറിയാനുണ്ടായിരുന്നു.

വൈക്കം മുഹമ്മദ് ബഷീറിന്റെ സാഹിത്യസംഭാവനകളെക്കുറിച്ചുള്ള പ്രബന്ധാവതരണത്തിനാണ് എന്നെ നിയോഗിച്ചത്. വൈകാതെ തന്നെ യാത്രാരേഖകൾ ശരിയാക്കുകയും പുറപ്പെടാനുള്ള തയ്യാറെടുപ്പ് തുടങ്ങുകയും ചെയ്തു. വിസയും അനുബന്ധകാര്യങ്ങളും സജ്ജമാക്കിയത് നെടുമങ്ങാട് തന്നെയുള്ള ട്രാവൽ ഓപ്പറേറ്റർ സൂരജ് ആണ്. യാത്രയെപ്പറ്റി ആലോചിച്ച് തീരുംമുന്നേ തന്നെ യാത്രാ തീയതി മുന്നിലെത്തി. പ്രിയസഖി സിബി, അനുജന്മാരായ തൗഫീഖ്, ആഷിഖ് എന്നിവരോടൊപ്പം തിരുവനന്തപുരം വിമാനത്താവളത്തിലെത്തുകയും ബാംഗ്ലൂരിലേക്കു പുറപ്പെടുകയും ചെയ്തു. ബംഗ്ലൂരിൽ തങ്ങണം. എങ്ങോട്ടും പോകാനില്ലാത്തവരുടെയും പോകാനാകാത്തവരുടെയും ലോകം. കൂടിയാണിത്. അതുകൊണ്ട് ഓരോ യാത്രയും ഓരോ പ്രിവിലേജുകൾ കൂടിയാണ്. യാത്ര ജീവിതങ്ങളെ സമൃദ്ധമാക്കുന്നു; അറിവ് അനുഭവങ്ങളെ സംസ്കരിക്കുകയും സമ്പന്നമാക്കുകയും ചെയ്യുന്നു. മനസ്സിലാണ് യാത്രകൾ സംഭവിക്കുന്നത്. ഭൂമിയുടെ, ആകാശത്തിന്റെ, വായുവിന്റെ, ജലത്തിന്റെ, മനുഷ്യരുടെയൊക്കെ സാമ്യവും ഭേദങ്ങളും മനസ്സിലാക്കിത്തരുന്ന മഹാപുസ്തകങ്ങൾ കൂടിയാണ് ഓരോ യാത്രയും. അത് ചെറുതാവട്ടെ ദൈർഘ്യമേറിയതാവട്ടെ. ഒരു ജനതയെന്ന നിലയിൽ രൂപംകൊണ്ട കാലം മുതൽ സാംസ്കാരികമായ ആഴങ്ങളാൽ, ചടുലമായ രാഷ്ട്രീയ സഞ്ചലനങ്ങളാൽ ഒക്കെയൊക്കെയും സജീവമായ ഭൂമിയാണ് ബംഗ്ലാദേശ്. മൊബൈൽ ഫോണിൽ തെളിയിച്ച ഭൂപടത്തിൽ വെറുതേയൊന്നു നോക്കി. ഇന്ത്യ ഒരു കുഞ്ഞനുജന്റെ തോളിൽ കൈയിട്ടു നില്ക്കുന്നതുപോലെ തോന്നി.

അവിടേക്ക് പോകാൻ ആരാണാഗ്രഹിക്കാതിരിക്കുക? ബാംഗ്ലൂർ വഴി കല്ക്കത്തയിലേക്കും പിന്നീട് ധാക്കയിലേക്കും നീളുന്ന സഞ്ചാര പദ്ധതിയാണ് എന്റേത്. ഒരു രാത്രി ബാംഗ്ലൂർ എയർപോർട്ടിൽ കഴിച്ചുകൂട്ടണം. കല്ക്കത്തയിലെത്തുന്നതും സ്വപ്നംകണ്ട് പാതിമയക്കത്തിൽ പ്രവേശിച്ചു.

ബംഗാളിന്റെ ഹൃദയം

ബംഗാളിന്റെ ഹൃദയത്തിലേക്ക് നീളുന്ന യാത്രയുടെ ഇടത്താവളമാണ് ബാംഗ്ലൂർ. ഞാനാദ്യമായാണ് ബാംഗ്ലൂരിൽ എത്തുന്നത്. അന്താരാഷ്ട്ര നിലവാരമുള്ളതും മികച്ച സൗകര്യങ്ങൾ പ്രദാനം ചെയ്യുന്നതുമായ വിമാനത്താവളമാണ്. ദക്ഷിണേന്ത്യയിലെ ടെക്കികളുടെയും പ്രൊഫഷണലുകളുടെയും കന്നടികരായ രാഷ്ട്രീയ – ഉദ്യോഗസ്ഥ വൃന്ദത്തിന്റെയും വ്യവസായ പ്രമുഖരുടെയും യാത്രാമാർഗ്ഗവും ഇതാണ്. ദക്ഷിണേന്ത്യൻ നാഗരികതയുടെ പരിച്ഛേദമാണ് ബെംഗളൂരു. ഒരുപാട് ആലോചിച്ചു കൂട്ടാനുള്ള സമയമില്ല. പ്രഭാതകർമ്മങ്ങൾക്കുശേഷം കാത്തിരുന്ന് കിട്ടിയ കല്ക്കത്ത ഫ്ളൈറ്റിൽ സീറ്റുറപ്പിച്ചു. ബാംഗ്ലൂർ നഗരത്തിന്റെ അംബര ചുംബികളായ കെട്ടിടങ്ങൾക്കും വാഹനങ്ങളുടെ ആധിക്യത്തിനും ശബ്ദകോലാഹലങ്ങൾക്കും മുകളിലൂടെ മേഘങ്ങളെ കീഴടക്കി വിമാനം പറന്നു.

യാത്രയിലുടനീളം ഞാൻ ഒരു മലയാള സിനിമയെ ഓർമ്മിച്ചെടുക്കുകയായിരുന്നു. ബംഗാളിലെ അഭയാർത്ഥി ജീവിതത്തെ മുൻനിർത്തി അരവിന്ദൻ സംവിധാനം ചെയ്ത *വാസ്തുഹാര*. നമ്മുടെ ചിന്തകളിലെ ബംഗാളിനപ്പുറത്തുള്ള മറ്റൊരു ബംഗാളിനെ വരച്ചു കാട്ടുകയായിരുന്നു സി വി ശ്രീരാമന്റെ കഥ. അതേ പേരിൽത്തന്നെ ചെറുകഥയെ വികസിപ്പിച്ച് അഭ്രപാളിയിലെത്തിച്ചതാണ്. വസ്തു ഹരിക്കപ്പെട്ടവരുടെ, അപഹരിക്കപ്പെട്ടവരുടെ കഥയാണ് *വാസ്തുഹാര*, ബംഗാളിലെ റാണാഘട്ടിൽനിന്നുള്ള ദൃശ്യങ്ങളിലൂടെ ചിത്രം ആരംഭിക്കുന്നു. ഇന്ത്യവിഭജനം, ബംഗ്ലാദേശ് രൂപീകരണം തുടങ്ങിയ സന്ദർഭങ്ങളിൽ അഭയാർത്ഥികളായി വന്ന പാവം മനുഷ്യർ. ബംഗാളിലെത്തിയ ദളിത് വിഭാഗക്കാരായ അഭയാർത്ഥികളെ ആന്തമാനിലേക്ക് കൊണ്ടുപോകുന്ന പ്രോജക്ടിലാണ്

കഥാനായകൻ വേണു (മോഹൻലാൽ) ജോലി ചെയ്യുന്നത്. വേണുവും മറ്റു മലയാളികളും പ്രവാസത്തിന്റെ സങ്കടങ്ങളെ വൈകാരികഭാവത്തോടെ അവതരിപ്പിച്ചു. അതിൽ തെളിയുന്ന അനേകം മനുഷ്യർ അഭയാർത്ഥിത്വത്തിന്റെ വിലാപങ്ങളെ പ്രതിഫലിപ്പിക്കുന്നു. വിപ്ലവകാരിയായ കുഞ്ഞുണ്ണി പണിക്കരുടെ അനന്തരവനാണ് വേണു. വർഷങ്ങൾക്കു മുമ്പാണ് കുഞ്ഞുണ്ണി കല്ക്കത്തയിലെത്തിയത്. ആരതിയെ വിവാഹം ചെയ്തു ജീവിച്ചു. തിരികെ നാട്ടിലെത്തിയെങ്കിലും ദമ്പതിമാർ സ്വീകരിക്കപ്പെട്ടില്ല. കല്ക്കത്തയിലേക്ക് തന്നെ മടങ്ങേണ്ടി വന്നു. പ്രശ്ന സങ്കീർണ്ണമായ അവിടെ ദുരിതം നിറഞ്ഞ ക്യാമ്പുകളിലായി ജീവിതം കഴിക്കേണ്ടി വന്നു. കുഞ്ഞുണ്ണി മരിച്ചു. വർഷങ്ങൾക്കപ്പുറം കല്ക്കത്തയിൽ വച്ച് ആരതി പണിക്കരെയും മകളെയും യാദൃച്ഛികമായി തിരിച്ചറിഞ്ഞ വേണു, തന്റെ ബന്ധുത്വം പുതുക്കുന്നു. അധിക സമയം കഴിയും മുമ്പേ വേണു ആന്തമാനിലേക്ക് പുറപ്പെടുന്നു. ഒട്ടും ശുഭകരമല്ലാത്ത കപ്പലിന്റെ സൈറണിൽ പിടഞ്ഞു തീരുകയായിരുന്നു ആ ചിത്രം. കൗമാരപ്രായത്തിൽ ആ ചിത്രം ആദ്യമായി കണ്ടത് ഞാൻ ഓർക്കുന്നു. അഭയാർത്ഥികളുടെ ആകുലതകൾ അഭ്രപാളിയിൽനിന്ന് അനേകം ദേശങ്ങളിലേക്ക് പറന്നുപോകുന്നതായി എനിക്ക് തോന്നിയിട്ടുണ്ട്. സിനിമാക്കഥകൾ പറഞ്ഞു സമയം കഴിക്കുക എന്റെ ഒരു ശീലമാണ്. ഓർത്തോർത്തിരിക്കെ ഇന്ത്യയിലെ ഏറ്റവും തിരക്കേറിയ, സുഭാഷ് ചന്ദ്രബോസിന്റെ നാമധേയത്തിൽ സ്ഥിതിചെയ്യുന്ന കല്ക്കത്ത വിമാനത്താവളം വിൻഡോയിൽ തെളിയുന്നു. യാത്രകളേറെ ചെയ്യുന്നുവെങ്കിലും കല്ക്കത്തയിൽ മുമ്പ് വരാനായിട്ടില്ല. അത് ലജ്ജിക്കേണ്ട ഒരു സംഗതി തന്നെയാണ്. ഇന്ത്യാചരിത്രത്തിന്റെ ഗതിവിഗതികൾ നിശ്ചയിച്ച, സാഹിത്യത്തിന്റെയും സംസ്കാരത്തിന്റെയും വിളനിലമായ ഈ മണ്ണിൽ ഞാൻ ആദ്യമായാണ് കാലുകുത്തുന്നത്. അറിഞ്ഞാലും പറഞ്ഞാലും തീരാത്ത ഇന്ത്യയെന്ന വിസ്മയത്തെ അത്തരത്തിൽ സൃഷ്ടിച്ച ഭൂമികയാണ് കല്ക്കത്തയുടേത്. കല്ക്കത്തയെ എല്ലാ അർത്ഥത്തിലും സ്പർശിച്ചു മാത്രമേ ബംഗ്ലാദേശ് യാത്ര പൂർണ്ണമാക്കാൻ കഴിയൂ.

വിമാനത്താവളത്തിലെ സുരക്ഷാപരിശോധനകൾക്കുശേഷം പ്രധാന നിരത്തിലേക്ക് പ്രവേശിച്ചു. തെളിച്ചമുള്ള നഗരം. പൗരാണികമായ വെളിച്ചമാണത്. ഇന്ത്യൻ നവോത്ഥാനത്തിന്റെ വെളിച്ചം. വ്യാവസായിക-വാണിജ്യ നഗരം എന്ന ഖ്യാതി കരസ്ഥമാക്കിയ ഭൂമി. ഇന്ത്യയെന്ന സ്വരൂപത്തിന്റെ ആദ്യതലസ്ഥാനം. ബ്രിട്ടീഷ് ഭരണകാലത്ത് 1912 വരെ യായിരുന്നു ഇന്ത്യയുടെ തലസ്ഥാനമായി കല്ക്കത്ത നിലകൊണ്ടത്. ആസാം, ബീഹാർ, കിഴക്കൻ-പടിഞ്ഞാറൻ ബംഗാൾ എന്നിവ ചേർന്നതായിരുന്നു പഴയ ബംഗാൾ പ്രവിശ്യ. പലപ്പോഴായി വിഭജിക്കപ്പെട്ട ശേഷമാണ് ഇന്നു കാണുന്ന പശ്ചിമബംഗാൾ രൂപംകൊള്ളുന്നത്. കൊളോണിയൽ ഭരണക്രമം തങ്ങളുടെ തന്ത്രങ്ങൾ പ്രയോഗിച്ചു

പരിശീലിച്ച സ്ഥലം കൂടിയാണ് കല്ക്കത്ത.

2001 ലാണ് നഗരത്തെ കൊല്ക്കത്ത എന്ന് പുനർനാമകരണം ചെയ്യുന്നത്. ട്രാമുകളും അനേകം വാഹനങ്ങളും നിറഞ്ഞ നഗരം. ചെറുതും വലുതും പുതിയതും പഴയതുമായ കെട്ടിടങ്ങൾ ഉൾച്ചേർന്ന നഗരം. വിക്ടോറിയൻ പാരമ്പര്യമുയർത്തിപ്പിടിക്കുന്ന അനേകം നിർമ്മിതികൾ. മത്സ്യാഹാര പ്രിയരാണ് ബംഗാളികൾ. ബ്രാഹ്മണരുൾപ്പെടെ മത്സ്യങ്ങൾ കഴിക്കും. ഭക്ഷ്യവൈവിദ്ധ്യത്തിന്റെ നാടു കൂടിയാണ് നമ്മുടേത്. ആഹാരത്തിനും വിലക്കു കല്പിച്ച് അപഹാസ്യരാവുന്നവരുള്ള കാലം കൂടിയാണ്.

മഹത്തായ സാഹിത്യകൃതികളെയും എഴുത്തുകാരെയും സംഗീതത്തെയും സ്വാംശീകരിച്ചവരാണ് ബംഗാളികൾ. കല്ക്കത്തയിലെ ഏറ്റവും പ്രധാന കാഴ്ച വിക്ടോറിയ മെമ്മോറിയൽ ബിൽഡിങ് ആണ്. കല്ക്കത്തയെയും ഹൗറയെയും ബന്ധിപ്പിക്കുന്ന ഹൗറ പാലവും ലോക പ്രശസ്തമായ വിസ്മയനിർമ്മിതിയാണ്. 1940 കളുടെ തുടക്കത്തിലാണ് ഇതു വഴി വാഹന ഗതാഗതം ആരംഭിച്ചത്. 'രവീന്ദ്രസേതു' എന്നറിയപ്പെടുന്ന ഹൗറ പാലം രാജ്യത്തെ ഏറ്റവും വലിയ തൂക്കുപാലമാണ്. ട്രാം സർവ്വീസാണ് കല്ക്കത്തയുടെ ഏറ്റവും വലിയ കൗതുകം. ഞാൻ സഞ്ചരിച്ച വഴികളിൽ പലയിടങ്ങളിലും ട്രാമുകൾ കടന്നുപോകുന്നത് കണ്ടു. മദ്രാസ്, പറമ്പിക്കുളം, ബറോഡ തുടങ്ങിയ നിരവധി കേന്ദ്രങ്ങളിലൊക്കെ ട്രാമുകളുണ്ടായിരുന്നെങ്കിലും ഇപ്പോൾ അവശേഷിക്കുന്നത് കല്ക്കത്തയിൽ മാത്രം. കൊല്ക്കത്ത-ഹൗറ നഗരങ്ങളുടെ തിരക്കുകൾക്ക് സൗകര്യപ്രദമായ ഗതാഗത മാർഗ്ഗമായി ഇത് മാറി. പതിനായിരക്കണക്കിന് യാത്രികർ ട്രാംസർവ്വീസിനെ ആശ്രയിക്കുന്നു. 1800 കളുടെ അവസാനത്തോടെയാണ് കല്ക്കത്ത ട്രാംസർവ്വീസ് ആരംഭിക്കുന്നത്.

ബംഗാളിനു ചുറ്റും സംസ്ഥാനങ്ങളെക്കാൾ കൂടുതൽ രാജ്യങ്ങളാണെന്നു പറയാം. അതിർത്തി പങ്കിടുന്നത് മൂന്ന് രാജ്യങ്ങളുമായാണ്– ഭൂട്ടാൻ, നേപ്പാൾ, ബംഗ്ലാദേശ്. പത്തുകോടിയിൽപരം ജനസംഖ്യയുള്ള സംസ്ഥാനം. പടിഞ്ഞാറൻ – കിഴക്കൻ ബംഗാളുകൾ ഒത്തുചേർന്ന് ഒരു രാജ്യമായിരുന്നെങ്കിൽ ജനസംഖ്യയിൽ ലോകത്തെ അഞ്ചാമത്തെ രാജ്യമായി അത് നിലകൊണ്ടേനെ.

ബംഗാളിനെക്കുറിച്ച് പറയുന്നവർക്ക് ആദ്യമോർക്കാൻ തന്നെ ഒരുപാട് സവിശേഷതകളുണ്ട്. സംസ്കാരത്തിന്റെ ഏതടരിനെ പ്രണയിക്കുന്നവർക്കും നെഞ്ചോട് ചേർക്കാൻ സവിശേഷവും വിശിഷ്ടവുമായ എന്തെങ്കിലുമൊക്കെ ബംഗാളിന് നല്കാനുണ്ടാവും. ചരിത്രത്തിന്റെയും സംസ്കാരത്തിന്റെയും പഠിതാക്കൾ ആദ്യമോർത്തെടുക്കുക വിവേകാനന്ദനെയാവും! എല്ലാ വർഷവും നൂറുകണക്കിന് ബുദ്ധിജീവികളെയും ഭൗതികവാദികളെയും പുറത്തുവിടുന്ന നഗരമാണ് കല്ക്കത്തയെന്ന് അദ്ദേഹം പറയുമായിരുന്നു. ശ്രീരാമകൃഷ്ണ പരമഹംസരുടെ പ്രവർത്തന

കേന്ദ്രവും ശ്രീരാമകൃഷ്ണമിഷന്റെ ആസ്ഥാനവും ഇവിടം തന്നെ. സർവ്വമതസ്നേഹവും കരുണയുമാണ് പരമഹംസരുടെ ദർശനം. സ്വന്തം മരണസമയത്തുപോലും അന്യർക്കായി നന്മ ചെയ്യണം എന്നാണ് അദ്ദേഹം ലോകത്തെ പഠിപ്പിച്ചത്. ഗുരുവിനെക്കാൾ പ്രശസ്തനായ ശിഷ്യനാണ് വിവേകാനന്ദൻ. മഹാരഥന്മാർ നടന്നുതീർത്ത വഴികളിലൂടെ ഞാനും വഴികൾ തേടിയലയുകയാണ്. കല്ക്കത്ത തെരുവുകൾക്ക് ഏറ്റവും പ്രിയങ്കരനായ ഫക്കീറിനെ ആർക്ക് മറക്കാനാവും?

ഗാന്ധി സ്വാതന്ത്ര്യലബ്ധിയുടെ നാളുകളിൽ നവഖാലിയിലൂടെ അദ്ദേഹം നടത്തിയ കാൽനാട യാത്രയായിരുന്നു ഇന്ത്യ ഉള്ളിൽ തൊട്ടറിയേണ്ട യാത്ര. ഗാന്ധിജിയുടെ യാത്രകളാണ് ഇന്ത്യയെ രൂപപ്പെടുത്തിയത്. മഹാത്മയെ രൂപംകൊള്ളിച്ച ദക്ഷിണാഫ്രിക്കൻ തീവണ്ടി യാത്ര. ദണ്ഡിയിലേക്കുള്ള അനേക നാഴികകളുടെ സമരയാത്ര. ഇന്ത്യൻ മനസ്സുകളുടെ ഉള്ളിലേക്കുള്ള യാത്ര. സത്യമന്വേഷിച്ച് ആത്മഗഹനതകളിലേക്ക് നടത്തിയ പരീക്ഷണയാത്രകൾ.. ഇവയൊക്കെ ചേർന്നാണ് ഇന്ത്യയെ നിർമ്മിച്ചത്. യാത്രയെന്ന നിലയിൽ അദ്ദേഹത്തിന്റെ അവസാന യാത്രയായിരുന്നു നവഖാലിയിലേത്.

ഭൂമിയോടൊപ്പം മുറിയുന്ന മനസ്സുകൾ, മനോവ്യാപാരങ്ങൾ, ഓർമ്മകൾ – എന്തൊരസ്വസ്ഥതയാണ്? ആലോചിച്ചു നോക്കൂ.

വിഭജനം സൃഷ്ടിച്ച ആഴത്തിലെ മുറിവുകൾ ആർക്കാണ് മറക്കാൻ കഴിയുക? നാല്പതുകളിൽ ശക്തി പ്രാപിച്ച ഹിന്ദു–മുസ്ലീം വർഗ്ഗീയത. ദ്വിരാഷ്ട്രവാദം. ഹിന്ദുക്കൾക്ക് ഒരു രാജ്യം, മുസ്ലീങ്ങൾക്ക് മറ്റൊരു രാജ്യം! വികാരപ്രകടനങ്ങളെ എരിതീയിൽ എണ്ണയൊഴിച്ച് ആളിക്കത്തിച്ചത് ബ്രിട്ടീഷുകാരാണ്. എങ്ങും സംഘർഷങ്ങൾ ഭിന്നിപ്പിക്കലിന്റെ നികൃഷ്ടമായ ഭരണയുക്തി സ്വാതന്ത്ര്യലബ്ധിയോടടുക്കുമ്പോൾ രക്തച്ചൊരിച്ചിൽ ഒഴിവാക്കാനുള്ള ഏത് വഴി സ്വീകരിക്കാനും ദേശീയ നേതാക്കൾ തയ്യാറായി. രാജ്യം വിഭജിക്കപ്പെട്ടു. പാകിസ്ഥാൻ എന്ന പേരിൽ പുതിയ രാഷ്ട്രം രൂപംകൊണ്ടു. അവിഭക്ത ഇന്ത്യയിലെ പഞ്ചാബ്, സിന്ധ്, ബംഗാൾ പ്രവിശ്യകൾ ഇന്ത്യയും പാകിസ്ഥാനും പങ്കിട്ടെടുത്തു. ആസാമും വിഭജിക്കപ്പെട്ടു. പൂർവ്വ ബംഗാൾ പാകിസ്ഥാനിലും പശ്ചിമ ബംഗാൾ ഇന്ത്യയിലുമായി.

വിഭജനവേളയിലെ നവഖാലിയിലെ മഹാത്മജിയുടെ സത്യഗ്രഹം ഓരോ പൊതുപ്രവർത്തകനും ഓർക്കേണ്ടതുണ്ട്. ഏതെങ്കിലും ഒരു പ്രത്യേക മതസ്ഥർ മാത്രമാണ് വിഭജനത്തിന് പിന്നിലെന്ന് ആക്ഷേപിക്കാൻ അദ്ദേഹം തയ്യാറായില്ല. ഭൂമിശാസ്ത്രപരവും രാഷ്ട്രീയവുമായ നിരവധി കാരണങ്ങൾ വിഭജനത്തിനു പിന്നിലുണ്ട്. 'മുസ്ലീങ്ങളുടെ രാഷ്ട്രം' എന്നതിനെക്കാൾ മുസ്ലീംലീഗിന്റെ ആവശ്യപ്രകാരം അവർക്ക് സ്വാധീനമുള്ള പ്രദേശങ്ങൾ കൂട്ടിച്ചേർത്ത് ഒരു രാഷ്ട്രം എന്ന് പറയുന്നതാണ് കൂടുതൽ ശരി. രക്തച്ചൊരിച്ചിൽ ഒഴിവാക്കാൻ ചെയ്ത കാര്യം, വലിയ കലാപങ്ങളിൽ കലാശിച്ചു. പുതിയ രാഷ്ട്രാതിർത്തിയിൽ അകപ്പെട്ട

ഹിന്ദുക്കളും സിഖുകാരും ക്രൂരമായി ആക്രമിക്കപ്പെട്ടു. പഞ്ചാബ്, ബംഗാൾ, ആസാം മേഖലയിലെ ഇന്ത്യൻ അതിർത്തിയിൽ മുസ്ലീങ്ങളും കലാപത്തിന്റെ ഇരകളായി. ഇരുരാജ്യങ്ങളിലേക്കും അഭയാർത്ഥി പ്രവാഹമുണ്ടായി.

ബംഗാൾ–അഭയാർത്ഥിത്വത്തിന്റെ നൂലിഴയാൽ മനുഷ്യചരിത്രത്തെ കണ്ണിചേർത്ത ഭൂമിക. ആ കഥകളൊക്കെ ആളുകൾ മറന്നുകഴിഞ്ഞു. 1970–71 കാലത്ത് കിഴക്കൻ പാകിസ്ഥാനിൽ ആഭ്യന്തര സംഘർഷം നടക്കുകയും ഒരു കോടി പേർ ഇന്ത്യയിലേക്ക് കുടിയേറുകയും ചെയ്തു. സ്വാതന്ത്ര്യാനന്തരം രൂപംകൊണ്ട പാകിസ്ഥാൻ അന്ന് പിന്നെയും വിഭജിക്കപ്പെട്ടു. അങ്ങനെയാണ് ബംഗ്ലാദേശ് രൂപംകൊള്ളുന്നത്. കണ്ണീരിൽനിന്ന് നിറകൺചിരിയിലേക്ക്, പുഞ്ചിരിയിലേക്ക് നടന്നുതീർത്ത ദൂരങ്ങൾ! ബംഗ്ലാദേശ് യാത്ര തീരുമാനിച്ചപ്പോഴേ സുഹൃത്തുക്കളിൽ ചിലർ മുന്നറിയിപ്പു തന്നതാണ്, തീവ്രവാദ ഭീഷണി നിലനില്ക്കുന്ന രാജ്യമാണ്, ശ്രദ്ധിക്കണം. ലക്ഷ്യവും ദിശയും നിർണ്ണയിച്ചാൽ സഞ്ചാരദിശയിൽ ഇത്തരം ആശങ്കകൾക്ക് കീഴ്പ്പെടാൻ മനസ്സ് അനുവദിക്കാറില്ല. കാണാത്ത സ്ഥലങ്ങൾ തേടിയുള്ള സഞ്ചാരിയുടെ മനസ്സ് ഒരു വിധ ഭയത്തിനും കീഴടങ്ങാൻ പാടില്ല എന്നാണ് എന്റെ തത്ത്വം. പ്രശസ്ത എഴുത്തുകാരൻ ബെന്യാമിൻ പാകിസ്ഥാനിലേക്ക് നടത്തിയ യാത്രയുടെ സ്മരണയാണ്. *ഇരട്ട മുഖമുള്ള നഗരം* എന്ന കൃതി. മികച്ച ട്രാവലോഗാണ്.

കല്ക്കത്തയോട് വിടപറയാൻ സമയമായി.

ഇനി ധാക്കയിലേക്ക്. വെയ്റ്റിങ് ലോഞ്ചിൽ അല്പനേരം കൂടി. വിഭജനകാലങ്ങളിൽ പിടഞ്ഞമർന്ന മനുഷ്യരുടെ നിലവിളിയും കണ്ണീരും പ്രപഞ്ചദുഃഖമാണ്. ചോരവീണു കുതിർന്ന പാതകളിൽനിന്ന് രക്തഗന്ധം മാഞ്ഞുപോയിട്ടില്ല. രാജ്യങ്ങളുടെ പേരിൽ കൊല്ലുകയും മരിക്കുകയും ചെയ്യുന്നത് നിത്യസംഭവമായിരിക്കുന്നു. അപരവിദ്വേഷത്തിലൂടെ തുന്നിയെടുക്കുന്ന രാജ്യസ്നേഹത്തിന്റെ കുപ്പായങ്ങൾ ആർക്കാണ് അലങ്കാരമാവുക? അഭയാർത്ഥികൾ വന്ന വഴിയിലേക്ക് തിരിച്ചു നടക്കുകയാണ് ഞാൻ. ബാലചന്ദ്രൻ ചുള്ളിക്കാടിന്റെ കവിത, സന്ദർഭത്തിന് യോജിച്ചതെന്ന പോൽ മനസ്സിലേക്ക് വരുന്നു.

പണ്ടുചില രാജ്യങ്ങൾ ഉണ്ടായിരുന്നു
വഞ്ചിരാജ്യം, കൊച്ചി രാജ്യം
ആ രാജ്യങ്ങൾ എവിടെപ്പോയി
എവിടെ സോവിയറ്റ് യൂണിയൻ?
യൂഗോസ്ലാവ്യ?
ഒന്നായ ജർമ്മനിയെ
രണ്ടെന്ന് കണ്ടളവിൽ
ഉണ്ടായൊരിണ്ടൽ മാറി
അവ പണ്ടേക്കണക്കായി

പണ്ടു പാകിസ്ഥാൻ ഉണ്ടായിരുന്നില്ല
പണ്ടു ബംഗ്ലാദേശ് ഉണ്ടായിരുന്നില്ല
ആദിയിൽ രാജ്യങ്ങളുണ്ടായിരുന്നില്ല
ആദിയിൽ വചനം പിന്നെ ജലം, ജീവൻ
രാജ്യങ്ങൾ ഉണ്ടാകുന്നു. ഇല്ലാതാകുന്നു.
സ്നേഹമോ, എന്നേക്കും
വിശപ്പിന്റെ രാജ്യം ഏതാണ്?
കാമത്തിന്റെ രാജ്യം ഏതാണ്?
ഏതാണ് വിരഹത്തിന്റെയും മരണത്തിന്റെയും രാജ്യം?
എവിടെ ഏകാന്തതയുടെ അതിർത്തികൾ?
എവിടെ ആത്മാവിന്റെ നിയന്ത്രണ രേഖകൾ?
ഞാൻ തേടുന്നത് രാജ്യ സ്നേഹമല്ല
സ്നേഹത്തിന്റെ രാജ്യമാണ്
ജീവൻ അസ്തമിക്കാത്ത സാമ്രാജ്യം.

അപരിചിത ഗന്ധങ്ങൾ

കല്ക്കത്തയിലെ നേതാജി സുഭാഷ് ചന്ദ്രബോസ് വിമാനത്താവളത്തിൽനിന്ന് ധാക്കയിലെ ഹസ്രത്ത് ഷഹ്ജലാൽ വിമാനത്താവളത്തിലേക്കുള്ള ദൂരം അരമണിക്കൂറിന് താഴെയാണ്. വിമാനത്തിൽ പ്രവേശിച്ച് അരികിലുണ്ടായിരുന്ന ബംഗ്ലാദേശികളായ വിദ്യാർത്ഥികളെ പരിചയപ്പെട്ടു. കണ്ണടച്ചു തുറക്കുന്ന വേഗത്തിൽ വിമാനം ധാക്കയിലെത്തിച്ചേർന്നു. ഇന്ത്യയുമായി ഏറ്റവുമധികം അതിർത്തി പങ്കിടുന്ന രാജ്യമാണ് ബംഗ്ലാദേശ്. ബംഗ്ലാദേശിന്റെ ആകാശവും ഭൂമിയും കൺമുന്നിൽ! അതിരുകളുടെ മതിലുകൾക്ക് അതിവേഗ കാലത്ത് എന്ത് പ്രസക്തി?

ത്രിപുര, ആസാം, പശ്ചിമബംഗാൾ തുടങ്ങിയ സംസ്ഥാനങ്ങളോട് ചേർന്നു കിടക്കുന്ന നാടാണിത്. ഭൂമിശാസ്ത്രം, സംസ്കാരം, ഭാഷ, കല, സാഹിത്യം എന്നിവയിലെല്ലാം പശ്ചിമബംഗാളിനും ബംഗ്ലാദേശിനും ഇടയിൽ ഭിന്നതകളുണ്ടാകേണ്ട കാര്യമില്ല. പടിഞ്ഞാറൻ ബംഗാളും കിഴക്കൻ ബംഗാളും. ഇന്ത്യയിൽനിന്ന് പുറപ്പെടുന്ന മൈത്രി എക്സ്പ്രസ് തീവണ്ടി ബംഗ്ലാദേശിലേക്ക് പ്രവേശിക്കുന്നു. കല്ക്കത്ത-ധാക്ക സ്റ്റേഷനുകൾക്കിടയിലൂടെയാണ് അത് കൂകിപ്പായുന്നത്. ഭൂമിശാസ്ത്രപരമായ അതിർത്തികളെ നിഷ്പ്രഭമാക്കുന്ന ചൂളംവിളികൾ. കിലോമീറ്ററുകൾ മാഞ്ഞുപോകുമ്പോൾ മനുഷ്യ മനസ്സുകൾ ഒന്നാകുമോ? ആ തീവണ്ടിയിൽ ബംഗ്ലാദേശിലേക്ക് വരണമെന്നാണ് ഞാൻ ആഗ്രഹിച്ചത്. എന്നാൽ പലവിധ കാരണങ്ങളാൽ അതു നടന്നില്ല. എന്തായാലും വിമാനം ലാന്റ് ചെയ്തു.

കെട്ടിലും മട്ടിലും അന്താരാഷ്ട്ര നിലവാരമുള്ള വിമാനത്താവളമാണ് ഇത്. ഞാൻ വരുന്നതും കാത്ത് 'ഇതിഹാസ് അക്കാദമി'യിലെ പ്രവർത്തകർ കുറേ നേരമായി വിമാനത്താവളത്തിൽ കാത്ത് നില്ക്കുന്നുണ്ടാ

ധാക്കയിലേക്കുള്ള വിമാനത്തിൽ ബംഗ്ലാദേശി വിദ്യാർത്ഥികൾക്കൊപ്പം

യിരുന്നു. വിമാനം വൈകിയതിനാൽ അവർ മടങ്ങിപ്പോയി.

സെമിനാർ ഹാളിലേക്ക് എത്തിച്ചേരേണ്ട വഴി അവർ ഫോണിൽ പറഞ്ഞുതന്നു. എയർപോർട്ടിൽ എത്തിയപാടെ 'ഗ്രാമീൺഫോൺ' എന്ന കമ്പനിയുടെ മൊബൈൽ കണക്ഷനെടുത്തിരുന്നു. അതുകൊണ്ട് കാര്യങ്ങൾ എളുപ്പമായി. മെല്ലെ പൊതുനിരത്തിലേക്ക് നടന്നു.

രാത്രി അതിന്റെ മുഴുവൻ സൗന്ദര്യം വിടർത്തി നില്ക്കുന്നു. നഗരങ്ങളുടെ രാത്രികൾക്ക് പ്രത്യേക സൗന്ദര്യമാണ്. വേഗത്തിന്റെയും വെളിച്ചത്തിന്റെയും സംഗമം. തങ്ങൾക്കു വേണ്ടിയല്ലാതെയുള്ള പകൽത്തിരക്കുകൾക്ക് മുന്നിൽ പണിയെടുക്കുന്നവരുടെ പകരം വീട്ടലാണ് ഈ തിരക്ക്. പ്രതികാരമാണ് രാത്രിത്തിരക്കുകൾ. പ്രിയപ്പെട്ടവരുമായുള്ള പുറം യാത്രകൾ, അത്താഴവിരുന്നുകൾ, ആശ്വാസനേരങ്ങൾ...

ധാക്കയിലെ തെരുവുകൾ നിയോൺ വെളിച്ചത്തിൽ പ്രകാശിക്കുന്നുണ്ട്. ഉഷ്ണകാലത്തേക്കുള്ള പ്രയാണമാണ്. എങ്ങും ആൾക്കൂട്ടവും ആരവവും. വലിയ വാഹനങ്ങൾ മുതൽ ഇരുചക്ര വാഹനങ്ങളും റിക്ഷകളുംവരെ നിറഞ്ഞു കവിഞ്ഞു. ഇരുട്ടിനെ കീറിമുറിച്ചെത്തുന്ന വേഗങ്ങൾ. രാത്രികൾ നമ്മെ ആനന്ദിപ്പിക്കുന്നു. ഡൽഹിയിലെ, മദ്രാസിലെ, വിജയ വാഡയിലെ, ഹൈദരാബാദിലെ, ഷിംലയിലെ, സിക്കാറിലെ യാമങ്ങളൊക്കെ സമ്മാനിച്ചത് ഹൃദ്യമായ നിമിഷങ്ങളായിരുന്നു. മഴയിലും മഞ്ഞിലും കുതിർന്ന രാത്രി. ഇളംതണുപ്പും കമ്പിളിപ്പുതപ്പും

ധാക്ക: സൈക്കിൾ റിക്ഷകളുടെ തലസ്ഥാനം!

അരികിലുള്ള രാത്രി. ധാക്കയിലെ റോഡിൽ ആംബുലൻസുകൾ മരണത്തിനും ജീവിതത്തിനുമിടയിലെ നേർത്ത ഞരക്കങ്ങളുമായി പാഞ്ഞുപോകുന്നു. എനിക്ക് എത്തിച്ചേരേണ്ട സ്ഥലത്തേക്ക് ഒന്നര മണിക്കൂർ ദൂരമേയുള്ളു. പക്ഷേ, രാത്രിയിൽ ബസ് സർവ്വീസ് ഇല്ല എന്നറിഞ്ഞു. സ്റ്റാന്റിലെ തിരക്ക് ഒഴിഞ്ഞിരിക്കുന്നു. അതുവരെയില്ലാത്ത ഒരു ഭയം എന്നെ വരിഞ്ഞു മുറുക്കി. പരിചയമില്ലാത്ത സ്ഥലം. പോരെങ്കിൽ ഞാനൊരു വിദേശിയും നല്ല വിശപ്പും. ഇത്രയും മതിയല്ലോ മനസ്സ് നീറാൻ. ആദ്യംകണ്ട ഒരു ചെറിയ ഹോട്ടലിലേക്ക് കയറിച്ചെന്നു. ഇംഗ്ലീഷിൽ സംസാരിച്ചാൽ അവർക്ക് മനസ്സിലാവുമോ? അവരുടെ ബംഗാളി എനിക്ക് അറിയുകയുമില്ല. ഇതൊക്കെയായിരുന്നു മനസ്സിൽ. ബഷീറിന്റെ 'ഒരു മനുഷ്യൻ' എന്ന കഥ ഓർമ്മവന്നു. അന്യനാട്ടിലെ ഭക്ഷണശാലയിൽ വെച്ച് പഴ്സ് നഷ്ടപ്പെട്ട് അപമാനിതനായ കഥാനായ കൻ. അപരിചിതൻ കള്ളൻ രക്ഷിക്കുന്ന കഥ. മോഷ്ടാവും ആ അപരിചിതൻ തന്നെയായിരുന്നു. ഞാനെന്റെ പഴ്സിൽ മുറുകെ പിടിച്ചു.

ഹോട്ടലിൽ ആദ്യംകണ്ട സീറ്റിൽ ഇരിപ്പുറപ്പിച്ചു. അടുത്തടുത്ത സീറ്റുകളിലേക്ക് നോക്കി. അവിടെ അതാ ചോറും കറികളും. അതുതന്നെ എനിക്കും ആവശ്യം. വെയിറ്റർ ഭക്ഷണം കൊണ്ടുവന്നു. പ്രത്യേക രുചി യുള്ള കോഴിക്കറിയും ചോറും. സമാധാനമായി. എന്റെ താടി, ഓവർകോട്ട്, വലിയ ബാഗേജ്– ഇതൊക്കെ കണ്ടാവാം ജീവനക്കാർക്കും ചെറിയൊരു അമ്പരപ്പ്. ആതിഥേയമര്യാദയോടെ പെരുമാറ്റം. വിശപ്പ് തീരുംവരെ കഴിച്ചു. ക്യാഷ് കൗണ്ടറിൽ നിന്നു പുറത്തിറങ്ങുമ്പോൾ ഒരാൾ ചോദിച്ച ചോദ്യം കൗതുകകരമായിരുന്നു; 'താങ്കൾ അഫ്ഗാനി യാണോ?' 'അല്ല. ഞാൻ ഇന്ത്യയിൽ നിന്നാണ്.' കേട്ടു നിന്നവരുടെ

മുഖത്ത് പല ഭാവങ്ങൾ മിന്നിമാഞ്ഞു. പലരും വന്ന് പരിചയപ്പെട്ടു. ഈ രാത്രിയിൽ ഒട്ടും പരിചയമില്ലാത്ത നഗരത്തിൽ, പ്രദേശവാസികളുടെ, തൊഴിലാളികളുടെ പെരുമാറ്റത്തിൽനിന്ന് ഒരു കാര്യം ഞാൻ ഉറപ്പിച്ചു. ഇന്ത്യാക്കാരോടുള്ള ബംഗ്ലാദേശുകാരുടെ സ്നേഹം ഒട്ടുമേ ചെറുതല്ല. അതിനുള്ള കാരണങ്ങൾ ഒരുപാടുണ്ട്. ചരിത്രം, രാഷ്ട്രീയം, സംസ്കാരം അങ്ങനെ എന്തെല്ലാമെന്തെല്ലാമാണ് അവരെയും നമ്മെയും തമ്മിൽ ബന്ധിപ്പിക്കാനുള്ളത്?.

ഇങ്ങനെയൊരു രാജ്യം രൂപംകൊണ്ടതിൽ ഇന്ത്യ വഹിച്ച പങ്ക് അവർ ബോധാബോധങ്ങളിൽ ഓർമ്മിക്കുന്നുണ്ട്. രക്തസാഹോദര്യമെന്നു പറയുന്നത് ഇതു തന്നെയാവും! പഴയ ആ ഇന്ത്യ–അവിഭക്ത ഇന്ത്യ–ഉണ്ടായിരുന്നെങ്കിൽ ഈ ഹോട്ടലും ജീവനക്കാരും എന്റെ സഹോദരന്മാർ തന്നെയാവുമായിരുന്നുവല്ലോ.. പെട്ടെന്ന് തിരിച്ചറിഞ്ഞു, ഞാൻ എത്ര വിഡ്ഢിയാണ്? വിഭജിക്കപ്പെട്ടാൽ അതിർത്തികൾ സാഹോദര്യം മുറിഞ്ഞു പോകുമോ? ഇല്ല. അതുകൊണ്ടാവും എന്നെ അവർ ഇത്ര സ്നേഹത്തോടെ പരിഗണിച്ചത്.

ഹോട്ടലിൽനിന്ന് പുറത്തിറങ്ങി നടന്നു. രാത്രി നഗരത്തിൽ തിരക്കു കുറഞ്ഞുവരുന്നു. ഒരു ഓട്ടോയിൽ കയറി ലക്ഷ്യ സ്ഥാനത്തേക്ക് കുതിച്ചു. ഒന്നര മണിക്കൂർകൊണ്ട് നാഷണൽ ഇൻസ്റ്റിറ്റ്യൂട്ട് ഓഫ് ടീച്ചേഴ്സ് ട്രെയിനിങ് ക്യാമ്പസിലെത്തി. അവിടെ ഹോസ്റ്റലിലാണ് താമസം. വലിയ സൗകര്യങ്ങളൊന്നുമല്ല. ചെറിയ മുറിയാണ്. കാശ്മീരിൽനിന്നുള്ള ഒരു പ്രതിനിധിയും എന്നോടൊപ്പം മുറിയിലുണ്ട്. കുളിച്ച് വിശ്രമിച്ച ശേഷം, രജിസ്ട്രേഷൻ നടപടികൾ പൂർത്തിയാക്കി ഉറങ്ങാൻ കിടന്നതേ ഓർമ്മയുള്ളൂ. ക്ഷീണമായിരുന്നു. പലവിധ കൗതുകങ്ങളിലും പരിഭ്രമങ്ങളിലും അതറിഞ്ഞിരുന്നില്ല എന്ന് മാത്രം.

ധാക്ക: റിക്ഷകളുടെ നഗരമേ..

പ്രഭാതത്തിന് ഓരോ നാട്ടിലും ഓരോ മണമാണ്. ഓരോ നിറമാണ്. പലതരം ശബ്ദവിന്യാസത്തോടെയാണ് ഓരോ പ്രഭാതവും വിടരുക. അതിരാവിലെ എഴുന്നേറ്റു. അപരിചിതമായ നഗരമാണെങ്കിലും പ്രഭാത സവാരിക്കായി ഞാൻ പുറത്തിറങ്ങി. അല്പദൂരം നടന്നു. സെമിനാറിനു വന്നവരിൽ പലരും പുറകേയുണ്ട്. സൈക്കിൾറിക്ഷകൾകൊണ്ട്

ധാക്കയിൽ അന്താരാഷ്ട്ര ചരിത്ര- പൈതൃക സമ്മേളനം ഉദ്ഘാടനം ചെയ്യാനെത്തിയ ബംഗ്ലാദേശ് ഗ്രാമവികസന സഹമന്ത്രി (2016) മുഹമ്മദ് മുഷീറുൽ റഹ്മാനോടൊപ്പം ലേഖകൻ

നിറഞ്ഞ നഗരമാണ് ധാക്ക. സൈക്കിൾ റിക്ഷകളുടെ ലോകതലസ്ഥാനം. ഢാക്ക, ധാക്ക എന്നിങ്ങനെയൊക്കെ സ്ഥലനാമത്തെ മലയാളത്തിൽ എഴുതാം. Dhakka എന്നാണ് ഇംഗ്ലീഷിൽ എഴുതുക. ബംഗ്ലാദേശിന്റെ ഭരണസിരാകേന്ദ്രം. ചരിത്രവും പാരമ്പര്യവുമൊക്കെ മുഗൾ കാലത്തേക്ക് നീളുന്ന ഈ നഗരത്തിന് ബുദ്ധപാരമ്പര്യവുമുണ്ട്.

നിരവധി വ്യവസായ, വാണിജ്യ സ്ഥാപനങ്ങൾ, ഒട്ടനേകം സർക്കാർ ഓഫീസുകൾ എന്നിവയുള്ള നഗരം. മഹാകാളി ദേവി ഇവിടെ താമസിച്ചിരുന്നതായും ഇടയ്ക്കവാദ്യനാദം (ഢക്ക) കേൾക്കാൻ അതീവ തല്പരയായിരുന്നതായും പറയപ്പെടുന്നു. 'ഢക്ക' എന്ന പേരിന്റെ ഉത്ഭവം ഈ മിത്തിൽ നിന്നാവാം. എൻ വി കൃഷ്ണവാര്യർ പറഞ്ഞതുപോലെ കടവുകളെ തമ്മിൽ ബന്ധിപ്പിക്കുന്ന കടത്തുതോണികൾ പോലെയുള്ള ഐതിഹ്യങ്ങൾ. അങ്ങേയറ്റം കേരളീയമെന്ന് നാം കരുതിയ കുഞ്ഞു വാദ്യത്തിന്റെ പേരിൽ കാതങ്ങൾക്കക്കരെ ഒരു മഹാനഗരം.

അനേകം ചേരികളും പുരാതന കാലത്തിന്റെ അവശേഷിപ്പുകളെന്ന് തോന്നിക്കുന്ന കെട്ടിടങ്ങളും ഇടവഴികളും ഇവിടെയുണ്ട്. നിരവധി അമ്പലങ്ങളും പള്ളികളും. മുഗൾ ശില്പകലയും നിർമ്മാണ രീതികളും പ്രചാരം നേടിയ മണ്ണ്. കോട്ടകളും കൊട്ടാരങ്ങളുമുള്ള നഗരം. ടെക്സ്റ്റൈൽ വ്യവസായ രംഗവും സജീവമാണ്. അധികസമയം റോഡിൽ നില്ക്കാൻ കഴിയില്ല. തിരക്ക് കൂടി വരുന്നു. നല്ലൊരു ചായ കുടിക്കണം. അടുത്തു കണ്ട തട്ടുകടയിലേക്ക് കണ്ണു പാഞ്ഞു. ഇഞ്ചിയിട്ട ഉത്തരേന്ത്യൻ ചായ തന്നെ ഇവിടെയും. തട്ടുകടക്കാരനെ പരിചയപ്പെട്ടു. കുശലാന്വേഷണം നടത്തി. തിരികെ നടന്ന് മുറിയിലെത്തി. പിന്നെ ശരവേഗത്തിൽ കുളിയും മറ്റു കാര്യങ്ങളും നിർവ്വഹിച്ചു. പ്രഭാത ഭക്ഷണം കഴിച്ച് സെമിനാർ നടക്കുന്ന ഹാളിൽ പ്രവേശിച്ചു. അപ്പോഴേക്ക് പ്രതിനിധികൾ എല്ലാവരുമെത്തി. ഇന്ത്യ, ശ്രീലങ്ക, ബംഗ്ലാദേശ്, മലേഷ്യ തുടങ്ങിയ രാജ്യങ്ങളിൽ നിന്നുള്ളവരെ പരിചയപ്പെട്ടു. ബംഗ്ലാദേശിലെ രാജഷാഹി സർവ്വകലാശാലയിലെ അദ്ധ്യാപകരായ ഡോ. ഹബീബുൾ റഹ്മാൻ, ജഹാംഗീർ എന്നിവർ എന്നെ അന്വേഷിച്ചു വന്നു. ഈ സെമിനാറിലേക്ക് ക്ഷണിക്കാൻ കാരണക്കാരനായ ആളാണ് ഹബീബുൾ റഹ്മാൻ. അദ്ദേഹം കേരളത്തിൽ വന്നിട്ടുണ്ട്. കേരള സർവ്വകലാശാലയിലെ അദ്ധ്യാപകനായ ഡോ. കെ രാജഗോപാലിന്റെ (സി ആർ) സുഹൃത്താണ്. ധാക്കയിൽ തന്നെയുള്ള ഡോ. സാമിയാ സുൽത്താനയാണ് സെമിനാറിന്റെ മുഖ്യ സംഘാടക. അറുപതിനോടടുത്ത് പ്രായം. രാജ്യത്തിന്റെ തദ്ദേശ വകുപ്പ് മന്ത്രി മുഹമ്മദ് മുഷീറുൽ റഹ്മാൻ ആണ് സെമിനാർ ഉദ്ഘാടനം ചെയ്യുന്നത്. ബംഗ്ലാദേശിന്റെ സഹിഷ്ണുതയും സഹകരണ മനോഭാവവും വിശദീകരിച്ച് ലഘു പ്രസംഗം. സാഹിത്യ-സാംസ്കാരിക സംഭാവനകളെ ഓർമ്മിപ്പിച്ചുകൊണ്ട് പ്രസംഗം അവസാനിപ്പിച്ചു. അദ്ദേഹത്തോടൊപ്പം ഞാൻ ഒരു സെൽഫി എടുത്തു. ഇന്ത്യയിൽ നിന്നു വന്ന ആളാണെന്ന് പരിചയപ്പെടുത്തിയപ്പോൾ

ഇതിഹാസ് അക്കാദമിയിലെ പ്രബന്ധാവതരണം

സന്തോഷപൂർവ്വം അദ്ദേഹം സംസാരിച്ചു.

ഉദ്ഘാടനത്തിനുശേഷം വിവിധ സെഷനുകളിലായി സെമിനാർ തുടർന്നു. വൈക്കം മുഹമ്മദ് ബഷീറിന്റെ സാഹിത്യ ജീവിതം മുൻനിർത്തിയുള്ള പ്രബന്ധമാണ് ഞാൻ അവതരിപ്പിച്ചത്. ബഷീർ ഒട്ടനേകം നാടുകളിൽ സഞ്ചരിച്ച ആളാണ്. പോകാത്ത നാടുകളോ ചെയ്യാത്ത ജോലികളോ ഇല്ല. ഗഹനചിന്തകളാണ് എഴുത്തുകളൊക്കെയും. അവയെല്ലാം യാത്രകളുടേയും അനുഭവങ്ങളുടേയും തീച്ചൂളയിലൂടെ കടന്ന് ലളിതവും സരസവുമായി മാറുന്നു. ബഷീറിന്റെ സാഹിത്യത്തിൽ യാത്രകളും മടക്കയാത്രകളും സന്നിവേശിക്കപ്പെടുന്നു. ദേശീയ സ്വാതന്ത്ര്യസമരം കരുത്തു നേടിയ കാലത്ത് സമര സേനാനിയായി ദീർഘദൂരം സഞ്ചരിച്ചു. അങ്ങനെ ഇന്ത്യൻ നാഷണൽ കോൺഗ്രസ് പ്രവർത്തകനായി മാറി. അദ്ദേഹമെഴുതിയ ലഘുലേഖകൾ ബ്രിട്ടീഷുകാർ കണ്ടെടുത്തു. പിന്നീട് ജയിൽ വാസം. അവിഭക്ത ഇന്ത്യ മുഴുവൻ അലഞ്ഞ മനുഷ്യൻ. ആഫ്രിക്കയിലും അറേബ്യൻ നാടുകളിലും ചുറ്റിക്കറങ്ങിയിട്ടുണ്ട്. പത്തു വർഷത്തോളം ഇങ്ങനെ യാത്ര ചെയ്തു. ബഷീറിന്റെ സാഹിത്യത്തിൽ മുഴുവൻ ഈ യാത്ര നിറഞ്ഞുനിന്നതായി എം എൻ വിജയൻമാഷ് അഭിപ്രായപ്പെട്ടിട്ടുണ്ട്. ബഷീറിന്റെ കൃതികളിലെല്ലാം ബഷീർ കണ്ട ലോകം പ്രത്യക്ഷപ്പെട്ടു. ബഷീർ നാടു കാണാനല്ല അനുഭവങ്ങൾ കാണാനാണ് പോയത്. മറ്റൊരു തരത്തിൽ ഒന്നും കാണാൻ പോയതേയില്ല അത് അദ്ദേഹത്തിന്റെ ജീവിതമായിരുന്നു. വിജയൻ മാഷിന്റെ വിശദീകരണമിതാണ്.

ബഷീർക്കൃതികളെ ഇംഗ്ലീഷിലേക്ക് വിവർത്തനം ചെയ്തത് ലോക പ്രശസ്ത ഭാഷാപണ്ഡിതനായ ആർ ഇ ആഷറാണ്. കലയ്ക്കുള്ളിൽ കലയെ ഒളിപ്പിക്കുന്ന കലയാണ് ബഷീറിന്റെ ശൈലിയെന്നും സാഹിത്യനിരൂപകർക്ക് ഇതെന്താണെന്ന് വിശദീകരിക്കാൻ കഴിയില്ലെന്നും ആഷർ പറഞ്ഞിട്ടുണ്ട്. സ്വന്തം വീടിനെപ്പറ്റി എഴുതിയ കഥ പോലും (പാത്തുമ്മയുടെ ആട്) സാർവ്വലൗകികമായ സ്നേഹത്തിന്റെയും കരുണയുടെയും സത്യവാങ്മൂലമായി പരിണമിച്ചത് അതുകൊണ്ടാണ്. *ഭൂമിയുടെ അവകാശികളാ*രെന്ന് മലയാളിയെ പഠിപ്പിച്ചത് മറ്റാരുമല്ല.

ബംഗ്ലാദേശിൽ നടക്കുന്ന ലോകചരിത്ര, പൈതൃക സമ്മേളനത്തിൽ ബഷീറിന്റെ കൃതികളെ പരിചയപ്പെടുത്താൻ ലഭിച്ച അവസരം ജീവിതത്തിലെ ഏറ്റവും മൂല്യവത്തായ മുഹൂർത്തമായി എനിക്ക് തോന്നി. വൈക്കം തലയോലപ്പറമ്പിലെ ബഷീറിന്റെ ജന്മഗൃഹത്തിലേക്ക് പോയ നാളുകൾ ഞാൻ ഓർക്കുന്നു. ബഷീർ കൃതികളിൽ കടന്നുവരുന്ന ആ വീട് ഏറെ മാറിയിരിക്കുന്നു. അദ്ദേഹത്തിന്റെ അനുജൻ അബൂബക്കർ ജീവിച്ചിരുന്ന കാലത്തായിരുന്നു ഞാൻ അവിടെ പോയത്. ആ സന്ദർശനവും കൃതികളിലൂടെ വായിച്ചു പരിചയിച്ച കഥാപാത്രങ്ങളും മനസ്സിൽ നിറയുകയാണ്. ധാക്കയിലെ സെമിനാർ വേദിയിലിരുന്ന് ആ മഹാനായ എഴുത്തുകാരനെ ഞാനെന്റെ ഹൃദയത്തിൽ ഏറ്റുവാങ്ങി...

ഏകുഷിപഥിക്: സ്മൃതിചിത്രങ്ങൾ

ധാക്കയിൽ ഇറങ്ങിയ ശേഷം ഏറ്റവും കൂടുതൽ പറഞ്ഞുകേട്ട വാക്കാണ് ഏകുഷിപഥിക്. ബംഗാളിയിൽ ഫെബ്രുവരി 21 എന്നാണതിന്റെ അർത്ഥം. ധാക്ക പട്ടണത്തിലും ധാക്ക സർവ്വകലാശാലയിലേക്കുള്ള വഴികളിലും ബംഗ്ലാദേശ് ദേശീയ പതാകകൾ നിറഞ്ഞിരിക്കുന്ന കാഴ്ചയാണ് ഫെബ്രുവരി 20 ന്റെ സായാഹ്നത്തിൽ ഞങ്ങൾ കണ്ടത്. ബാനറുകൾ, തോരണങ്ങൾ, കൂറ്റൻബോർഡുകൾ ഒക്കെയും നിറഞ്ഞിരിക്കുന്ന. ലോകത്തിന്റെ സാംസ്കാരികചരിത്രത്തിലും സമരചരിത്രത്തിലും ഒരുപോലെ സ്ഥാനമുള്ള ദിനമാണ് ഫെബ്രുവരി 21. അന്താരാഷ്ട്ര മാതൃഭാഷാദിനം. മാതൃഭാഷാസംരക്ഷണത്തിനായി ധാക്കയിൽ നടന്ന സമരത്തിന്റെ അനുസ്മരണ ദിനമാണത്. ആ സമരമാണ് ബംഗ്ലാദേശ് എന്ന ദേശരാഷ്ട്രത്തെ നിർണ്ണയിച്ചത്. മാതൃഭാഷ എന്ന സാംസ്കാരികസങ്കല്പനത്തിന് ലോകമാകമാനം ഊർജ്ജം പകർന്നുകൊണ്ടിരിക്കുന്ന ചരിത്രാദ്ധ്യായമാണത്.

സമരത്തിൽ പങ്കെടുത്ത് രക്തസാക്ഷിത്വം വരിച്ചവരോടുള്ള ആദരവാണ് ആ ദിനത്തിന്റെ സവിശേഷത. പിറ്റേന്ന് പുലർച്ചെ 'ഏകുഷിപഥിക്' സ്മാരകത്തിലേക്ക് പോകാൻ തീരുമാനിച്ചു. ധാക്ക യൂണിവേഴ്സിറ്റിയിലാണ് ശഹീദ് മിനാർ (രക്തസാക്ഷി സ്മാരകം) സ്ഥിതിചെയ്യുന്നത്. പ്രഭാതത്തിൽ എങ്ങും ആൾക്കൂട്ടവും ആരവവും. നഗരം അവിടേക്ക് മാർച്ച് ചെയ്യുകയാണോ എന്ന് തോന്നിക്കുന്ന ശബ്ദവിന്യാസം. എല്ലായിടത്തും സുരക്ഷാസൈനികരാണ്. ലോക്കൽ ബസിൽ കയറി. യൂണിവേഴ്സിറ്റി ക്യാമ്പസിന്റെ കവാടം പിന്നിട്ടപ്പോഴേക്കും ബസിറങ്ങി. വിവിധ പഠന വകുപ്പുകൾ, പാർക്കുകൾ, കോഫീ ഷോപ്പുകൾ, ലൈബ്രറി തുടങ്ങി നിരവധി കെട്ടിടങ്ങൾ നടന്നു കണ്ടു.

ധാക്കയിലെ മാതൃഭാഷാ സമരസ്മാരകത്തിനു മുന്നിൽ

എങ്ങും ജനങ്ങൾ നിറഞ്ഞിരിക്കുന്നു. വിവിധ സ്ഥലങ്ങളിൽനിന്ന് ശഹീദ് മിനാറിലേക്കുള്ള ഗേറ്റുകളിൽ ആൾത്തിരക്ക് കൂടിവരുന്നു. ഫെബ്രുവരി 21 നെപ്പറ്റി പ്രശസ്ത കവി അബ്ദുൾ ഗഫാർ ചൗധരിയുടെ ഒരു കവിത വായിച്ചത് ഞാൻ ഓർത്തു. ലക്ഷക്കണക്കിന് മനുഷ്യർ ഒരുമിച്ച് വിളിക്കുന്ന മുദ്രാവാക്യം പോലെ ദൃഢമാണ് അതിലെ വരികൾ. 'എന്റെ സഹോദരങ്ങളുടെ രക്തം ചിന്തിയ ഫെബ്രുവരി 21'എന്നാണ് കവിത യുടെ പേര്. ബംഗാളിൽ ഭാഷാ പ്രക്ഷോഭത്തിൽ രക്തസാക്ഷി കളായവരോടുള്ള സ്നേഹം അതിലുണ്ട്. അനീതിക്കെതിരെ ഉണർ ന്നെഴുന്നേല്ക്കാൻ ആവശ്യപ്പെടുകയാണ് കവി. സഹോദര സ്നേഹ ത്തിന്റെ ചുവപ്പിൽ കുളിച്ച ദിനമെന്നാണ് ഫെബ്രുവരി 21 നെ വിശേഷി പ്പിക്കുന്നത്. മക്കളെ നഷ്ടപ്പെട്ട നൂറുകണക്കിന് അമ്മമാരുടെ കണ്ണീരു പുരണ്ട ദിനം. നിരപരാധികളെ കാരാഗൃഹത്തിലടച്ച സ്വേച്ഛാധിപതികളെ എതിരിടാനുള്ള ആഹ്വാനം. രക്തസാക്ഷികളുടെ ശബ്ദം ജനരോഷമായി പ്രതിഫലിക്കുമെന്ന് കവി പ്രത്യാശിക്കുന്നു.

പ്രധാനമന്ത്രി ശൈഖ് ഹസീന മുതൽ വിവിധ രാജ്യങ്ങളിൽ നിന്നുള്ള പ്രതിനിധികൾ, ജനനേതാക്കൾ എന്നിവർ സ്മാരകത്തിന് മുന്നിൽ പുഷ്പചക്രം അർപ്പിച്ച് കടന്നുപോകുന്ന ചടങ്ങ്. സംഘം ചേർന്ന് പാട്ട് പാടുകയും മുദ്രാവാക്യം വിളിക്കുകയും ചെയ്യുന്നു. മതത്തിന്റെയോ ജാതിയുടെയോ വംശത്തിന്റെയോ അതിർത്തികളില്ലാതെ തങ്ങളുടെ അമ്മഭാഷയെ സംരക്ഷിക്കുമെന്ന് ഓരോരുത്തരും പ്രഖ്യാപിക്കുകയാണ്. സൈനികരുടെയും പൊലീസിന്റെയും ഫയർഫോഴ്സിന്റെയും പ്രകടന ങ്ങൾ ആകർഷകമാണ്. അവയെല്ലാം നമ്മുടെ സ്വാതന്ത്ര്യ ദിനപരേ ഡിനെ ഓർമ്മിപ്പിക്കുന്നു.

സ്മാരകത്തിന്റെ ഇരുന്നൂറ് മീറ്റർ ദൂരെ വച്ച് സുരക്ഷാ സൈനികർ എന്നെ തടഞ്ഞു. എൻ സി സി കേഡറ്റുകളെപ്പോലെ യൂണിഫോം ധരിച്ച് സ്കൂൾ–കോളേജ് വിദ്യാർത്ഥികൾ അവിടെ നിലയുറപ്പിച്ചിട്ടുണ്ട്. സ്മാരകം കാണാൻ ഇന്ത്യയിൽ നിന്നു വന്ന ആളാണെന്ന് ഞാൻ പരിചയപ്പെടുത്തി. സ്നേഹനിധിയായ ഒരു വിദ്യാർത്ഥി എനിക്ക് ആവശ്യമായ സൗകര്യങ്ങൾ ചെയ്തു തന്നു. ഞാൻ സ്മാരകത്തിൽ പുഷ്പചക്രം സമർപ്പിച്ചു. എത്രയെത്ര സമരങ്ങൾ നാം കണ്ടിരിക്കുന്നു. എന്നാൽ ഇതോ ഭാഷയ്ക്കായുള്ള പോരാട്ടം, ജീവത്യാഗം. ആദരവും അഭിമാനവും തോന്നി ആ മണ്ണിൽ ചവിട്ടി നില്ക്കുമ്പോൾ.

അവിഭക്ത ഇന്ത്യയിൽനിന്ന് പാകിസ്ഥാനും പിന്നീട് പാകിസ്ഥാൻ വിഭജിച്ച് ബംഗ്ലാദേശും രൂപീകരിക്കുകയായിരുന്നു. ഭാഷാസമരത്തിന് സ്വാതന്ത്ര്യലബ്ധിയുടെ കാലത്തോളം പഴക്കമുണ്ട്. അല്പം ചരിത്രത്തിലേക്ക് സഞ്ചരിക്കാം. 1947 ൽ പാകിസ്ഥാൻ രൂപീകരിക്കപ്പെടുമ്പോൾ പഞ്ചാബികൾ, ബംഗാളികൾ, പത്താൻവംശജർ, സിന്ധികൾ, ബലൂചികൾ എന്നിവരായിരുന്നു പ്രധാന ജനവിഭാഗങ്ങൾ. പടിഞ്ഞാറൻ പാകിസ്ഥാനിൽ നിന്ന് ഭൂമിശാസ്ത്രപരമായി ഏറെ വേർപെട്ട് ആയിരത്തി അറുനൂറ് മൈലുകൾക്കകലെയായിരുന്നു കിഴക്കൻ പാകിസ്ഥാൻ. കിഴക്കൻ പാകിസ്ഥാനിലാണ് ബംഗാളി സംസാരിക്കുന്ന ജനത അധിവസിച്ചത്. പാകിസ്ഥാൻ രൂപംകൊണ്ട് അധിക കാലം കഴിയും മുമ്പേ തന്നെ പാക് ഭരണകൂടത്തിൽനിന്ന് അവഗണന നേരിടുന്നതായി ബംഗാളികൾക്ക് തോന്നി. തോന്നിയതല്ല വസ്തുത തന്നെയായിരുന്നു അത്. കിഴക്കൻ പാകിസ്ഥാനെന്ന ഭൂവിഭാഗത്തോട് ഏതാണ്ടൊരു സാമന്ത രാജ്യം എന്ന മട്ടിലായിരുന്നു പാകിസ്ഥാന്റെ സമീപനം, അതിന്റെ ചരിത്രത്തിലുടനീളവും.

മാക്യവല്ലി ദ പ്രിൻസ് എന്ന പുസ്തകത്തിൽ ഇങ്ങനെ പറയുന്നു. 'ഭാഷയാലും നിയമങ്ങളാലുമൊക്കെ വിഭിന്നങ്ങളായിരിക്കുന്ന ഭൂമികകളെ ചേർത്ത് ഒരു രാജ്യമായി പരിപാലിക്കാൻ അങ്ങേയറ്റത്തെ ഭാഗ്യവും ബുദ്ധിവൈഭവവും ആവശ്യമാണ്.' അന്നത്തെ പാകിസ്ഥാൻ ഭരണാധികാരികൾക്ക് അതില്ലായിരുന്നു എന്ന് വേണം മനസ്സിലാക്കാൻ. ഒരു കോളനിരാജ്യത്തെയെന്ന പോലെയാണ് സകലകാര്യങ്ങളിലും പാകിസ്ഥാൻ ബംഗ്ലാദേശിനെ പരിഗണിച്ചത്.

പാകിസ്ഥാൻ ഉറുദുവിനെ മാതൃഭാഷയാക്കി മാറ്റിയതും ഏതാണ്ട് അമ്പത് ശതമാനത്തിലധികം ജനങ്ങൾ സംസാരിക്കുന്ന ബംഗാളിയെ അവഗണിച്ചതും വലിയ പ്രകോപനമാണ് അവരിൽ സൃഷ്ടിച്ചത്. ഉറുദുവിൽ അറിവോ പരിജ്ഞാനമോ ഇല്ലാതിരുന്ന മഹാഭൂരിപക്ഷം ജനങ്ങളോടുള്ള വെല്ലുവിളിയായി ഇത് മാറി. ഏഷ്യയെന്ന വലിയ ഭൂഖണ്ഡത്തിലെ ഭൂമിശാസ്ത്രപരമായി രണ്ടിടങ്ങളിൽ സ്ഥിതി ചെയ്യുന്ന പ്രദേശങ്ങളെന്നനിലയ്ക്ക് സാംസ്കാരികമായും വംശീയമായും വ്യത്യസ്ത

ഇന്ത്യൻ പ്രതിനിധികൾക്കൊപ്പം

ചായ്വും ചാർച്ചയുമായിരുന്നു രണ്ട് സ്ഥലങ്ങൾക്കും. ഈ വൈവിദ്ധ്യത്തെ മാനിക്കാൻ പാക് ഭരണകൂടം തയ്യാറായില്ല.

പടിഞ്ഞാറൻ പാകിസ്ഥാനിലെ ജനസംഖ്യ 6.9 കോടിയും കിഴക്കൻ മേഖലയിലേത് 7.5 കോടിയുമായിരുന്നു. അസംബ്ലിയിലെ മാധ്യമം ഇംഗ്ലീഷ്, ഉറുദു എന്നിവയായിരിക്കണം എന്ന തീരുമാനം പാകിസ്ഥാൻ കൈക്കൊണ്ടു. സാവധാനം ബംഗാളി, പാകിസ്ഥാന്റെ ഔദ്യോഗിക ഭാഷ അല്ലാതായി മാറുന്നതിന്റെ തുടക്കമായിരുന്നു ഇവയെല്ലാം.

ഇന്ത്യാ വിഭജനത്തെ തുടർന്ന് ഇന്ത്യയുടെ കിഴക്കും പടിഞ്ഞാറും ദിശയിലായിരുന്നു പാകിസ്ഥാൻ പിറവി കൊണ്ടത്. അവിഭക്ത ബംഗാളിലെ കിഴക്കൻ പ്രദേശങ്ങൾ പാകിസ്ഥാന്റെ ഭാഗമായി. ഔദ്യോഗിക തലസ്ഥാനമായ കറാച്ചിയിൽനിന്ന് കിഴക്കൻ പ്രവിശ്യയുടെ കേന്ദ്രമായ ധാക്കയിലേക്ക് 1600 കി.മീ ദൂരം. ഭാഷ, സംസ്കാരം, ജീവിത രീതികൾ തുടങ്ങിയ കാര്യങ്ങളിൽ കിഴക്കും പടിഞ്ഞാറും തമ്മിൽ വലിയ വ്യത്യാസം നിലനിന്നു. അധികാരകേന്ദ്രം പടിഞ്ഞാറൻ മേഖലയായിരുന്നു.

ധീരേന്ദ്രനാഥ് ദത്തയാണ് ബംഗാൾ ഭാഷാസമര പ്രസ്ഥാനത്തിന്റെ പ്രയോക്താവും ആദ്യപഥികനും. ഹിന്ദു മുസ്ലീം ഐക്യത്തിന്റെ വക്താവായിരുന്നു ദത്ത. ഉറുദുവിനും ഇംഗ്ലീഷിനുമൊപ്പം ദേശീയ ഭാഷകളിലൊന്നായി ബംഗാളിയും അംഗീകരിക്കണമെന്ന് തന്റെ വൈകാരിക പ്രഭാഷണങ്ങളിലൂടെ ദത്ത നിരന്തരം ആവശ്യപ്പെട്ടു.

ഭാഷയിലെ വിവേചനവും അധീശത്വ മനോഭാവവും ശക്തമായ ഭാഷാ സമരങ്ങളിലേക്ക് രാജ്യത്തെ നയിച്ചു. ഉദ്യോഗസ്ഥ–സൈനികവൃന്ദ

ത്തിലെ മഹാഭൂരിപക്ഷവും പടിഞ്ഞാറൻ പാകിസ്ഥാനിൽനിന്നുള്ള വരായിരുന്നു. വ്യവസായ-കാർഷികമേഖലയിൽ കിഴക്കൻ മേഖലയിൽ നിന്നുള്ള സംഭാവനയായിരുന്നു കൂടുതൽ. പക്ഷേ, വികസനത്തിന്റെ കാര്യത്തിൽ യാതൊരു പരിഗണനയും കിഴക്കൻമേഖലയ്ക്ക് ലഭിച്ചില്ല. അക്കാലത്ത് പാകിസ്ഥാൻ പ്രധാനമന്ത്രി മുഹമ്മദലി ജിന്നയായിരുന്നു. അതിനിടയിൽ ധാക്ക സർവ്വകലാശാലയിൽ അദ്ദേഹം നടത്തിയ പ്രസംഗത്തിൽ ഭാഷാപരമായി ഭിന്നിപ്പുണ്ടാക്കുന്ന ചില പ്രസ്താവനകൾ നടത്തി. ചില പരാമർശങ്ങളിലൂടെ ബംഗാളികളെ അപമാനിച്ചതായി അവർക്ക് തോന്നി. ഗവർണർ ജനറൽ ഖ്വാജാ നജിമുദ്ദീനും ബംഗാളി ഭാഷക്കെതിരെ അപമാനകരമായ നിലയിൽ സംസാരിക്കുകയുണ്ടായി. ഉറുദു തന്നെയാകും പാകിസ്ഥാന്റെ ദേശീയഭാഷയെന്ന് ജിന്ന ഉൾപ്പെടെയുള്ള ദേശീയ നേതാക്കൾ ആവർത്തിച്ച് വ്യക്തമാക്കി.

അമ്പതുകളുടെ മദ്ധ്യത്തോടെ ബംഗാളി ഭാഷാസംരംക്ഷണ സമരം ശക്തമായി. വിദ്യാർത്ഥികളായിരുന്നു മുന്നണിപ്പോരാളികൾ. വിദ്യാഭ്യാസ, തൊഴിൽ രംഗങ്ങളിൽനിന്ന് മാതൃഭാഷ അവഗണിക്കപ്പെട്ടത് അവരെ അസ്വസ്ഥരാക്കി. പ്രധാനസമരകേന്ദ്രം ധാക്ക സർവ്വകലാശാലയായിരുന്നു.

പ്രതിഷേധത്തിന്റെ ഭാഗമായി അവർ വിവിധ മുദ്രാവാക്യങ്ങൾ ഉയർത്തി. ബംഗാളിയെ ദേശീയഭാഷയാക്കുക, വിദ്യാർത്ഥിസമരം അംഗീകരിക്കുക, പൊതുസുരക്ഷാനിയമത്തിന്റെ പേരിലുള്ള അതിക്രമം അവസാനിപ്പിക്കുക തുടങ്ങിയ ആവശ്യങ്ങൾ ഉന്നയിച്ച് ധാക്ക ലൈബ്രറിയിൽ യോഗം ചേർന്നു പ്രമേയം പാസാക്കി. പ്രവിശ്യ തിരഞ്ഞെടുപ്പിന് സമാധാനാന്തരീക്ഷം ആവശ്യമായിരുന്നു എന്ന് അറിയാവുന്നതുകൊണ്ട് സംയമനം പാലിച്ചുകൊണ്ടായിരുന്നു എല്ലാ പ്രതിഷേധ പരിപാടികളും. ഈസ്റ്റ് പാകിസ്ഥാൻ കമ്യൂണിസ്റ്റ് പാർട്ടിയുടെ ശക്തമായ പിന്തുണ ഈ സമരത്തിനുണ്ടായി. തൊഴിലാളികൾ സമരത്തോടൊപ്പം അണിചേരണമെന്ന് അവർ അഭ്യർത്ഥിച്ചു. വിവിധ രാഷ്ട്രീയ കക്ഷികളും ബഹുജനങ്ങളും ഭാഷാസ്നേഹികളുമെല്ലാം ചേർന്ന് ഐക്യപ്രസ്ഥാനം രൂപീകരിച്ചു. പാകിസ്ഥാൻ നയത്തിനെതിരെ, 1952 ഫെബ്രുവരി 21 ന് കിഴക്കൻ മേഖലയിൽ പ്രതിഷേധമുയർന്നു. എന്നാൽ അവിടെ യാതൊരുവിധ സമരങ്ങളും അനുവദിക്കില്ലെന്ന് പാകിസ്ഥാൻ ഭരണകൂടം വ്യക്തമാക്കി. സുരക്ഷാ ഉദ്യോഗസ്ഥരും പൊലീസുകാരും ധാക്ക യൂണിവേഴ്സിറ്റി വളഞ്ഞു. പില്ക്കാലത്ത് ലോകചരിത്രത്തിൽ പതിഞ്ഞ ഏറ്റവും മഹത്തായ വിദ്യാർത്ഥി പ്രകടനം ഫെബ്രുവരി 21 ന് ധാക്ക സർവ്വകലാശാലയിൽനിന്ന് പുറപ്പെട്ടു. ധാക്കാ സർവ്വകലാശാല, ജഗന്നാഥ് സർവ്വകലാശാല, ധാക്ക മെഡിക്കൽകോളേജ് എന്നിവിടങ്ങളിലുള്ള വിദ്യാർത്ഥികളാണ് പ്രതിഷേധ പ്രകടനത്തിൽ പങ്കെടുത്തത്.

ബംഗാളി ഭാഷയെ ജീവൻ കൊടുത്തും സംരക്ഷിക്കുമെന്ന് അവർ വിളിച്ചു പറഞ്ഞു. തോക്കുകൾക്കും പീരങ്കികൾക്കും സുരക്ഷാകവച

ങ്ങൾക്കും നടുവിലൂടെ നിയമസഭാകവാടത്തിലേക്ക് വിദ്യാർത്ഥികൾ മാർച്ച് ചെയ്തു.

നിഷ്ഠുരമായ പൊലീസ് അതിക്രമമമാണ് വരും മണിക്കൂറുകൾ കണ്ടത്. വിദ്യാർത്ഥി നേതാക്കളെ ലക്ഷ്യം വച്ച് നിറയൊഴിക്കപ്പെട്ടു. നാലുപാടും ചോരചിതറി. നഗരം രക്തത്തിൽ കുതിർന്നു. സമരഭടന്മാരായ അനേകം വിദ്യാർത്ഥികൾ കൊല ചെയ്യപ്പെട്ടു. അനേകം പേർ ധാക്കയിലെ നീതി പീഠത്തിന് സമീപം പിടഞ്ഞുവീണ് മരിച്ചു.

അബ്ദുള്ള ബർക്കത്ത്, സോഫിളുർ റഹ്മാൻ, ഒഹിയുള്ള, റഫീഖ്, ബർഖത്ത്, സലാം തുടങ്ങി പേരറിഞ്ഞതും അറിയാത്തവരുമായി അനേകം ചെറുപ്പക്കാർ രക്തസാക്ഷികളായി. 'ഫെബ്രുവരി 21' എന്ന ദിവസം ഏറ്റവും വലിയ വിദ്യാർത്ഥി സമരത്തിന്റെ പര്യായമായി. തുടർന്നുള്ള ദിവസങ്ങളിൽ ധാക്ക നഗരം പ്രതിഷേധംകൊണ്ട് ഇളകിമറിഞ്ഞു. ആയിരങ്ങൾ ജയിലിലിലടയ്ക്കപ്പെട്ടു.

ശക്തമായ സമരങ്ങളുടെയും ജനകീയ പോരാട്ടങ്ങളുടെയും ഫലമായി 1956 ൽ ബംഗാളി ഭാഷയെയും ഔദ്യോഗിക ഭാഷയായി അംഗീകരിക്കാൻ പാകിസ്ഥാൻ നിർബ്ബന്ധിതമായി. ഒടുവിൽ വിദ്യാർഥികൾ ചിന്തിയ ചോരയ്ക്ക് അർത്ഥമുണ്ടായി.

1954 ൽ നടന്ന ഈസ്റ്റ് ബംഗാൾ തിരഞ്ഞെടുപ്പിൽ വിജയിച്ചത് ഐക്യമുന്നണിയാണ്. നിസാം ഇ–ഇസ്ലാം, അവാമി മുസ്ലീം ലീഗ്, കൃഷക് ശ്രമിക് എന്നീ കക്ഷികളായിരുന്നു ഇതിൽ ഉൾപ്പെട്ടത്. ബംഗാളിന്റെ സ്വയംഭരണം, വിദ്യാഭ്യാസം – നീതിന്യായ സംവിധാനത്തിന്റെ പരിഷ്കരണം, നിയമസഭാ ശാക്തീകരണം എന്നീ മുദ്രാവാക്യങ്ങളായിരുന്നു അവർ മുന്നോട്ടുവച്ചത്. മുന്നണിയിൽനിന്ന് ഫസ്ലുൾ ഹഖ് മുഖ്യമന്ത്രിയായെങ്കിലും മന്ത്രിസഭയ്ക്ക് അല്പായുസ്സേ ഉണ്ടായിരുന്നുള്ളൂ. നാട്ടിൽ പലയിടങ്ങളിലും കലാപങ്ങൾ ഉണ്ടായി. സർക്കാരിനെതിരെ അട്ടിമറിനീക്കമുണ്ടായി. തുടർന്ന് പാകിസ്ഥാൻ സർക്കാർ നിയസഭ പിരിച്ചുവിട്ടു. മുന്നണി ശിഥിലമായി. അവാമി മുസ്ലീംലീഗ് 'അവാമിലീഗ്' ആയി മാറുകയും മതനിരപേക്ഷമൂല്യങ്ങൾ സ്വീകരിക്കുകയും ചെയ്തു. ബംഗ്ലാദേശിലെ ഭാഷാ സമരത്തിന്റെ രാഷ്ട്രീയവും സാംസ്കാരികവുമായ നേതൃശക്തി അവാമി ലീഗ് എന്ന രാഷ്ട്രീയ പ്രസ്ഥാനമാണ്. 1971 ൽ രൂപംകൊണ്ട ബംഗ്ലാദേശ് സർക്കാർ ദേശാഭിമാനത്തിന്റെയും ഭാഷാഭിമാനത്തിന്റെയും പ്രതീകമായി ഫെബ്രുവരി 21 നെ പരിഗണിച്ചും മാതൃഭാഷാ ദിനമായി പ്രഖ്യാപിച്ചു. രണ്ടായിരാമാണ്ടു മുതൽ ഐക്യരാഷ്ട്ര സംഘടന 'ലോക മാതൃഭാഷാ' ദിനമായി ഫെബ്രുവരി 21 നെ അംഗീകരിച്ചു. ആഗോളവല്ക്കരണക്കാലത്ത് ഓരോ മനുഷ്യനും മാതൃഭാഷയെ സംരക്ഷിക്കാനുള്ള ഉത്തരവാദിത്വം ഏറ്റെടുക്കണമെന്ന സന്ദേശമാണ് 'ഏകുഷി പഥിക്' സമ്മാനിക്കുന്നത്.

ഭാഷാസമരത്തിൽ ജീവൻ വെടിഞ്ഞവരോടുള്ള ആദരവായി ധാക്ക സർവ്വകലാശാലയിൽ നിർമ്മിക്കപ്പെട്ട രക്തസാക്ഷി സ്തൂപമാണ് ശഹീദ്

മിനാർ. ബർഖത്ത് മരിച്ചുവീണയിടത്ത് സുഹൃത്തുക്കൾ ചേർന്ന് പിറ്റേ ദിവസം ഉയർത്തിയതാണ് അവിടെയുണ്ടായിരുന്ന ആദ്യ രക്തസാക്ഷി മണ്ഡപം. ഫെബ്രുവരി 23 ന് അർദ്ധരാത്രിയാരംഭിച്ച നിർമ്മിതി 24 ന് പൂർത്തിയായി. ആയിരങ്ങൾ സ്മാരകത്തിലേക്ക് പ്രയാണം നടത്തി.

1952 ലും 1954 ലും 1957 ലും ഈ സ്മാരകം നശിപ്പിക്കപ്പെട്ടു. പലപ്പോഴും പുതുക്കിപ്പണിതെങ്കിലും 1971 ൽ വീണ്ടും പാകിസ്ഥാൻ പട്ടാളം അതു തകർത്തു. ഇപ്പോൾ ഇവിടെയുള്ള സ്തൂപം ബംഗ്ലാദേശ് രൂപീകരിച്ചശേഷം പുനർനിർമ്മിച്ചതാണ്. നാല്പത്താറടി ഉയരമാണ് സ്തൂപത്തിന്. വീണുപോയ മക്കളെ കൈത്താങ്ങിലെടുത്തിരിക്കുന്ന അമ്മയെയാണ് സ്തൂപം പ്രതീകവല്ക്കരിച്ചിരിക്കുന്നത്. സാന്ധ്യസൂര്യൻ ബംഗ്ലാദേശ് പതാകയിലെന്നപോലെ ചുവന്നുതുടുത്ത് സ്മാരകത്തിനു പിന്നിൽ കാണാകും. ശുഭ്രനിറത്തിൽ ശോഭിക്കുന്ന സ്തൂപത്തിന് വശങ്ങളിലെ വേലികളിൽ ഇരുമ്പക്ഷരങ്ങളിൽ ബംഗ്ലാ കവിതാശകലങ്ങൾ. ഓരോ ഫ്രെബ്രുവരി 21 നും പൈഡ് പൈപ്പറിന്റെ സംഗീതത്താൽ ആകൃഷ്ടരായാലെന്ന പോലെ ബംഗാൾ ജനതയുടെ പരിച്ഛേദം മിനാരത്തിലേക്ക് പ്രവഹിക്കും. സ്മരണകളുടെ രാഷ്ട്രീയത്തെ ഓരോ ഫെബ്രുവരി ഇരുപത്തിയൊന്നും പ്രോജ്ജ്വലിപ്പിക്കും.

സംസ്കാരത്തിന്റെ നിർമ്മാതാക്കളെ ഓർക്കുക എന്നത് ഏതൊരു ജനതയ്ക്കും ചെയ്യാനാവുന്ന ഏറ്റവും വലിയ നന്ദിപ്രകടനമാകും.

ഭാഷയ്ക്ക് വേണ്ടി ഇത്രയും പോരടിച്ചതും രക്തംചിന്തിയതുമായ ജനതയെ ചരിത്രപഥങ്ങളിലെങ്ങും വേറെ കാണാനാകില്ല. ഇരുപത്തെട്ട് കോടിയോളം പേരാണ് ബംഗ്ലാഭാഷ സംസാരിക്കുന്നത്. ആ ഭാഷ നിലനില്ക്കുന്നിടത്തോളം കാലം ഫെബ്രുവരി 21 എന്ന തീയതി സ്മരിക്കപ്പെടുക തന്നെ ചെയ്യും.

എല്ലാ ഫെബ്രുവരി 21 നും അർദ്ധരാത്രിക്ക് ഒരു മിനിറ്റുശേഷം ബംഗ്ലാദേശ് പ്രധാനമന്ത്രി ഷഹീദ് മിനാരത്തിൽ എത്തിച്ചേരും. രക്തസാക്ഷികൾക്ക് അഭിവാദ്യം അർപ്പിക്കും. രാജ്യത്തെ ഭരണാധികാരികൾ രാഷ്ട്രീയ പ്രവർത്തകർ, ഉദ്യോഗസ്ഥർ, വിദ്യാർത്ഥികൾ തുടങ്ങിയ ജീവിതത്തിന്റെ എല്ലാ തുറകളിലുമുള്ളവർ അവിടെ ഒന്നിക്കും. 'അമർ ഭയേർ രക്തേ രബാഗ്നോ യകുഷേ ഫെബ്രുവരി ബ്രൂ അമി കി ഭുലിതേ പരീ' എന്ന ഗീതം ഏവരുടെയും ചുണ്ടിലുണ്ടാകും. എന്റെ സോദരരുടെ രക്തത്തിൽ കുതിർന്ന ഈ 21-ാം തീയതിയെ ഞാൻ എങ്ങനെ മറക്കാനാണ് എന്നാണിതിനർത്ഥം. ആ സ്മരണദിനത്തെ അക്ഷരാർത്ഥത്തിൽ ബംഗ്ലാ ജനത സാംസ്കാരികോത്സവമായും സർഗ്ഗാത്മകമായ രാഷ്ട്രീയ പ്രവർത്തനമായും ഉൾക്കൊണ്ടാചരിക്കും. സംസ്കാരത്തേയും ഭാഷയേയും സ്നേഹിക്കുന്ന ലോകജനതയാകെയും ആ സമരത്തെയും സംസ്കൃതിയേയും സ്നേഹത്തേയും മാനിച്ചുകൊണ്ട് യുനസ്കോയുടെ ആഭിമുഖ്യത്തിൽ ലോകമാതൃഭാഷാ ദിനം ആചരിക്കുന്നു.

പുതിയരാജ്യം വെളിച്ചത്തിലേക്ക്

എത്രയോ കോടി മനുഷ്യർ ജീവിച്ചു മരിച്ച ലോകം, സന്തോഷത്തിന്റെയും സ്നേഹത്തിന്റെയും സൗഹൃദത്തിന്റെയും കോടാനുകോടി നിമിഷങ്ങൾ... പക്ഷേ, മനുഷ്യചരിത്രമെഴുതുമ്പോഴും നൂറ്റാണ്ടുകളെപ്പറ്റി ഓർക്കുമ്പോഴുമെന്തേ നാം അടയാളപ്പെടുത്തുന്നത് യുദ്ധങ്ങളെയാകുന്നത്? കണക്കെടുക്കപ്പെടുന്നത് മൃതദേഹങ്ങളുടേതാകുന്നത്? കൂടുതൽ പേർ മരിക്കുന്നത് മഹായുദ്ധങ്ങളാകുന്നത്? മഹായുദ്ധമെന്ന പ്രയോഗം

മുജീബുർ റഹ്മാൻ

തന്നെ ചെടിപ്പിക്കുന്നതാണ്. ഒന്നുമറിയാത്തവരെ ഉന്മൂലനം ചെയ്യുന്ന സന്ദർഭങ്ങൾ കഥകളിൽ പോലും മഹത്തരമാകേണ്ടതില്ല. കിഴക്കനേഷ്യയുടെ ചരിത്രത്തിൽ ഏറ്റവും രൂഷിതമായി രക്തമൊഴുകിയ അദ്ധ്യായങ്ങളിലൊന്നായിരുന്നു ബംഗ്ലാദേശിലെ വംശഹത്യ.

മതമല്ലാതെ മറ്റൊന്നുമേ പൊതുവായുണ്ടായിരുന്നില്ല കിഴക്കൻ ബംഗാളിനും പാകിസ്ഥാനും തമ്മിൽ. സംസ്കാരംകൊണ്ട്, ജീവനരീതികൾകൊണ്ട്, ഭൂവിഭാഗങ്ങൾ കൊണ്ടൊക്കെയും വിഭിന്നരായിരുന്നു ഒരു ദേശമായി സങ്കല്പിക്കപ്പെട്ട ഇരുദേശങ്ങളും. മതത്തിന്റെ പേരിലെ ദേശീയതകൾ അസ്ഥിരമാണെന്നതിന് നമ്മിൽനിന്ന് പിരിഞ്ഞ ഈ ഭൂവിടങ്ങളുടെ കഥയും വർത്തമാനവും പരിശോധിച്ചാൽ മതിയാകും. പാഠങ്ങൾ പഠിക്കാനല്ലെങ്കിൽ പിന്നെന്തിനാണ് ചരിത്രം?

ജന്മനാടിന്റെ അതിരുകൾക്കും അടരുകൾക്കും അപ്പുറം സഞ്ചരിക്കുന്ന, നദികളെന്നപോലെ പ്രവഹിക്കുന്ന ചില നാമങ്ങളുണ്ട്. കിഴക്കൻ പാകിസ്ഥാന്റെ ഭൂപടത്തിൽനിന്ന് പോരാളികളുടെ ഹൃദയത്തിലേക്ക് നടന്നുകയറിയ മഹാനാണ് ശൈഖ് മുജീബുർ റഹ്മാൻ. ബോംബെയും ദൽഹിയും കല്ക്കത്തയും നമുക്ക് എത്ര പരിചിതമാണോ അത്രയും പരിചിതമാവേണ്ട നാടാണ് ധാക്കയും. ധാക്കയുടെ ഓരോ കോണിലും ഒരായിരം മുജീബുമാരുണ്ട്. നിശ്ചല ദൃശ്യങ്ങളിൽ തലയുയർത്തി, വിരൽ ചൂണ്ടി, ഉജ്ജ്വല മുഖഭാവവുമായി അദ്ദേഹം നമ്മെ നോക്കുന്നു. ആകാശങ്ങളിലേക്കുയരുന്ന കമാനങ്ങളിലും ആൾക്കൂട്ടനടുവിലെ പ്രതിമകളിലും ചരിത്ര സ്മാരകങ്ങളുടെ അങ്കണത്തിലും അദ്ദേഹമുണ്ട്. ബംഗബന്ധു എന്ന അപരനാമത്തിൽ ഓരോ ബംഗാളിയുടെ ഉള്ളിലും ജീവിക്കുന്നു. ബംഗ്ലാദേശിന്റെ രാഷ്ട്രപിതാവും വിമോചന സമരത്തിന്റെ നായകനും. ത്യാഗനിർഭരമായ പോരാട്ടങ്ങളിലൂടെയാണ് യഥാർത്ഥ ജനനേതാവ് രൂപം കൊള്ളുന്നത്. മഹാത്മാഗാന്ധിയും നെൽസൺ മണ്ടേലയും കാസ്ട്രോയും മാർട്ടിൻ ലൂഥർ കിങ്ങും യാസർ അറാഫത്തും ചരിത്രത്തെ കൈപിടിച്ചു നടത്തിയവരാണ്. വാക്കുകൾകൊണ്ട്, അവയിലെ ആശയങ്ങൾ സാധിതമാക്കും വിധമുള്ള കർമ്മങ്ങൾകൊണ്ട്, ത്യാഗങ്ങൾ കൊണ്ടൊക്കെ അതുല്യ വ്യക്തിത്വങ്ങളായി അവർ ഉയർന്നു.

ബംഗ്ലാദേശിലെ ജനങ്ങൾ ഏറ്റവുമിഷ്ടപ്പെടുന്ന നേതാവാണ് ശൈഖ് മുജീബുർ റഹ്മാൻ. ബംഗ്ലാദേശിന്റെ ദേശീയ നായകനായുയരും മുൻപ് ചെറുപ്രായത്തിൽത്തന്നെ ബംഗ്ലാ ഗ്രാമാന്തരങ്ങളിൽ കഥകളിലെന്നപോലെ വീരനായക പരിവേഷം അദ്ദേഹത്തിന് ലഭിച്ചിരുന്നു.

കെട്ടുകഥകളും വാഴ്ത്തിപ്പാടലുകളുമല്ല ചരിത്രം. പക്ഷേ, കല്പിത കഥകളെ വെല്ലുന്ന സംഭവങ്ങളും, ഏത് വീരേതിഹാസ കഥാപാത്രങ്ങളെക്കാളും ധീരരായ നായകന്മാരും ചരിത്രത്തിൽ തെളിമയോടെ എഴുന്നുനില്ക്കുന്നത് സൂക്ഷ്മപരിശോധനയിൽ കാണാനാകും.

ശൈഖ് മുജീബുർ റഹ്മാന്റെ വീടും മ്യൂസിയവും കാണണമെന്ന്

നേരത്തേതന്നെ തീരുമാനിച്ചതാണ്. അദ്ദേഹത്തിന്റെ ജീവിത ചരിത്രം അക്കാലത്തെ ബംഗ്ലാദേശിന്റെതന്നെ ചരിത്രമാണ്. അതറിഞ്ഞേ മതിയാവൂ. ഒരു പ്രഭാതത്തിൽ ഞങ്ങൾ നാലുപേർ അവിടേക്ക് തിരിച്ചു.

മഴ പെയ്യും പോലെയുള്ള മണികളുടെ കിലുക്കമാണ് ധാക്കയുടെ ശബ്ദം. റിക്ഷകളുടെ സംഗീതം. ബാറ്ററി ഉപയോഗിച്ചുള്ള റിക്ഷകളും സൈക്കിൾ റിക്ഷകളും ധാക്കയിലെ നിരത്തുകളിൽ ധാരാളമുണ്ട്. ഡൽഹിയിലെ നിരത്തുകളിലും സമാനകാഴ്ച ഞാൻ കണ്ടിട്ടുണ്ട്. തിരക്കാണ് ധാക്കയുടെ മുഖമുദ്ര. വലിയ ജനസാന്ദ്രത. അണമുറിയാത്ത മനുഷ്യ പ്രവാഹം. വർണ്ണാഭം. എങ്കിലും യന്ത്രബഹളങ്ങളേക്കാൾ റിക്ഷാമണികളാണുള്ളത്. അവ സമ്മാനിക്കുന്നത് ധ്യാനാത്മകമായ ഒരു തിരക്കാണ്.

മനുഷ്യൻ മനുഷ്യനെ വലിച്ചുകൊണ്ടുപോകുന്ന കാഴ്ചയുടെ കൗതുകത്തിനപ്പുറം ശാശ്വതവും ആശാസ്യവുമായ ഒരു തൊഴിലായി റിക്ഷാപ്പണിയെ കണ്ടുകൂടാ. ജീവിതഭാരത്തിന്റെ ദൈന്യത അവരുടെ കണ്ണുകളിലുണ്ട്. സുദീർഘകാലം ഈ തൊഴിലെടുക്കേണ്ടിവരുന്നവരുടെ ജീവിതനീക്കിയിരിപ്പും ആരോഗ്യവും എന്താകുമെന്ന് ആലോചിക്കാവുന്നതേയുള്ളൂ. പപ്പുവിനെ ഓർത്തു. *ഓടയിൽനിന്ന്* മഹത്തായ ഒരു കൃതിയാണ്. മലയാളസാഹിത്യത്തിലെ തന്നെ ഏറ്റവും അദ്ധ്വാനിയായ കഥാപാത്രമാണ് പപ്പു. കരുതലിനും സ്നേഹത്തിനും പകരം പപ്പുവിന് ലഭിച്ചത് നിന്ദയും ക്ഷയവും. ബംഗാളിയിൽ റിക്ഷാക്കാരന്റെ ജീവിതം പറയുന്ന കഥകളും കവിതകളുമില്ലാതിരിക്കുമോ? തീർച്ചയായുമുണ്ടാകും. ജീവിതങ്ങൾ എല്ലായിടത്തും ഒന്നാകയാൽ പപ്പുവിന്റെ കഥയുമായും അവയ്ക്ക് അത്ഭുതകരമായ സാമ്യമുണ്ടാകും. *തോട്ടിയുടെ മകനും* ഓർമ്മ വന്നു. ആ പണിയും നമ്മുടെ നാട്ടിൽനിന്ന് അന്യമായി. അപകടകരവും അനാരോഗ്യകരവുമായ പണിയിടങ്ങളെ ആധുനിക സമൂഹങ്ങൾ പുറന്തള്ളണം.

ധാക്കയിൽ വച്ച് പരിചയപ്പെട്ട സ്നേഹനിധികളായ നാല് കൂട്ടുകാരാണ് ഒപ്പം. ഹിന്ദിയും ഇംഗ്ലീഷും ഞങ്ങൾക്കിടയിലെ മാധ്യമമായി. ബംഗാളിഭാഷ ഏതാണ്ട് ഹിന്ദി പോലെതന്നെ. അല്ലെങ്കിലും സൗഹൃദത്തിനിടയിൽ ഭാഷയ്ക്ക് എന്തു പ്രസക്തി? ഭാഷ ആവശ്യമില്ലാത്ത അനേകം കാര്യങ്ങളിലൊന്ന് സൗഹൃദമാണ്. വിശപ്പിനും ദാഹത്തിനും ഭാഷാഭേദമില്ല. പരസ്പരം സ്നേഹിക്കാൻ ഭാഷ ആവശ്യമില്ല. അപരിചിത രായ ഞങ്ങൾ അല്പനേരംകൊണ്ട് അടുത്ത സുഹൃത്തുക്കളായി. സൗഹൃദസംഭാഷണം ദീർഘിച്ചുപോയി. ഞങ്ങൾ മുജീബുർ റഹ്മാന്റെ വസതിയിലേക്കുള്ള ധൻമൊണ്ട റോഡിലേക്ക് പ്രവേശിച്ചു. ഒടുവിൽ അദ്ദേഹത്തിന്റെ ഭവനത്തിനടുത്തെത്തി. 'ബംഗബന്ധു ശൈഖ് മുജീബുർ റഹ്മാൻ മെമ്മോറിയൽ മ്യൂസിയം' എന്നാണ് അതിപ്പോൾ അറിയപ്പെടുന്നത്. സുരക്ഷാ പരിശോധനകഴിഞ്ഞു വേണം വീടിനുള്ളിലേക്ക് പ്രവേശിക്കാൻ.

ആ കെട്ടിടം വീടെന്ന കേവലമായ പരികല്പനകൾക്കപ്പുറം വലിയ

ഒരു കർമ്മശാലയായിരുന്നു. ഒരു രാജ്യത്തിന്റെ, ജനതയുടെ വിമോചനത്തിന്റെ സമരാദ്ധ്യായങ്ങൾ രൂപംകൊണ്ടത് ഈ ചുവരുകൾക്കുള്ളിൽ നിന്നാണ്. അകത്തേക്ക് പ്രവേശിച്ചപ്പോൾ ചരിത്രത്തിന്റെ ഗന്ധവും ഭാരവും നമ്മെ വന്ന് പൊതിയുന്നതുപോലെ തോന്നി. വിമോചന സമരവുമായി ബന്ധപ്പെട്ട സുപ്രധാന തീരുമാനങ്ങൾ കൈക്കൊണ്ടത് ഈ വീട്ടിൽ വച്ചാണ്. 1961 ഒക്ടോബർ മുതൽ അദ്ദേഹം താമസിച്ചത് ഇവിടെയാണ്. അവാമിലീഗിന്റെ ഒട്ടനേകം രാഷ്ട്രീയ ചർച്ചകൾക്ക് ഇവിടം സാക്ഷ്യം വഹിച്ചു. സാമൂഹ്യ-സാംസ്കാരിക പ്രവർത്തകർ, എഴുത്തുകാർ, ബുദ്ധിജീവികൾ എല്ലാവരും നിത്യസന്ദർശകരായിരുന്നു ഇവിടെ. പാകിസ്ഥാൻ സൈന്യം മുജീബുർ റഹ്മാനെ അറസ്റ്റ് ചെയ്യുന്നതും ഈ വസതിയിൽ വച്ചാണ്. തുടർന്നാണ് ബംഗ്ലാദേശിനായുള്ള സമരം ശക്തിപ്പെട്ടത്. ധീരനായ ആ മനുഷ്യന്റെ ഓർമ്മച്ചിത്രങ്ങളിൽ ഞാൻ കണ്ണോടിച്ചു. അദ്ദേഹത്തിന്റെ പുസ്തകങ്ങളിലേക്ക് മനസ്സ് പാഞ്ഞു.

സ്വാതന്ത്ര്യത്തിനായി ഒരുപാട് രക്തമൊഴുക്കിയവരാണ് തങ്ങളെന്ന് മുജീബുർ റഹ്മാൻ പറയുമായിരുന്നു. രാഷ്ട്രത്തിനായി ഇനിയും രക്തം നല്കാൻ സന്നദ്ധമാണെന്ന് പ്രഖ്യാപിച്ച ആളാണ്. കൈയിലുള്ള എല്ലാ ആയുധങ്ങളുമെടുത്ത് ശത്രുവിനെ നേരിടണമെന്നാണ് അദ്ദേഹം ആഹ്വാനം ചെയ്തത്. എടുക്കുന്ന തീരുമാനങ്ങളിൽ ഉറച്ചു നില്ക്കുകയും അത് നടപ്പിലാക്കുകയും ചെയ്തു. പുതിയ തലമുറയ്ക്ക് ഒരു പാഠപുസ്തകമാണ് മുജീബുർ റഹ്മാന്റെ ജീവിതം.

1971 ലെ ധാക്ക: യുദ്ധരംഗത്തു നിന്നും

1920 ൽ അവിഭക്ത ഇന്ത്യയിലെ ബംഗാളിൽ ഗോപാൽ ഗഞ്ച് ഗ്രാമത്തിലായിരുന്നു മുജീബുർ റഹ്മാൻ ജനിച്ചത്. ബ്രിട്ടീഷുകാർക്കെതിരായ സമരത്തിലും അദ്ദേഹം പങ്കാളിയായി. പിന്നീട് ബംഗാളിൽ, മുസ്ലീം ലീഗിന്റെ നേതൃനിരയിൽ എത്തി. ഇന്ത്യ വിഭജിക്കപ്പെട്ടതിനെത്തുടർന്ന് പാകിസ്ഥാന്റെ ഭാഗമായ കിഴക്കൻ ബംഗാളിൽ കേന്ദ്രീകരിച്ചു. ധാക്ക സർവ്വകലാശാലയിൽ ഉപരിപഠനം. 'കിഴക്കൻ പാകിസ്ഥാൻ മുസ്ലീം വിദ്യാർത്ഥി ലീഗ്' സ്ഥാപിച്ചത് അദ്ദേഹമാണ്. ബംഗാളിഭാഷയോടും സംസ്കാരത്തോടും പാകിസ്ഥാൻ ഭരണകൂടം കാട്ടുന്ന അനീതി അദ്ദേഹത്തെ അസ്വസ്ഥനാക്കി. പില്ക്കാലത്ത് അവാമി മുസ്ലീം ലീഗ് എന്ന രാഷ്ട്രീയ കക്ഷിയുടെ പ്രതിനിധിയായി കിഴക്കൻ പ്രവിശ്യ നിയമസഭയിലേക്കും മന്ത്രിസഭയിലേക്കും തിരഞ്ഞെടുക്കപ്പെട്ടു. കിഴക്കൻ മേഖലയിൽ പടർന്നുപിടിച്ച ദാരിദ്ര്യവും വികസന മുരടിപ്പും അദ്ദേഹത്തെ വേദനിപ്പിച്ചു. പാകിസ്ഥാനിലെ അവഗണിക്കപ്പെട്ട ബംഗാളികളുടെ ശബ്ദമായി അദ്ദേഹം ഉയർന്നു.

പാകിസ്ഥാനിൽ നടന്ന ഭാഷാസമരങ്ങളുടെയും കലാപങ്ങളുടെയും തുടർച്ചയിലാണ് ബംഗ്ലാദേശ് പിറന്നത് എന്ന് നേരത്തെ പറഞ്ഞുവല്ലോ. എന്നാൽ സാമ്പത്തികമായി മെച്ചപ്പെട്ടതും വ്യവസായ രംഗത്ത് ഏറെ വികസിച്ചതും പടിഞ്ഞാറൻ പാകിസ്ഥാനിലെ പ്രദേശങ്ങളായിരുന്നു. തൊഴിൽ മേഖലയിൽ അവരുടെ പ്രാതിനിദ്ധ്യം കൂടുതലായിരുന്നു. കിഴക്കൻ പാകിസ്ഥാനിലെ ജനങ്ങളെ ഇത് ആശങ്കപ്പെടുത്തി. അവാമി ലീഗായിരുന്നു അവിടുത്തെ പ്രധാന പാർട്ടി. അറുപതുകളിൽ കിഴക്കൻ പ്രവിശ്യയുടെ സ്വയം ഭരണത്തിനായി രംഗത്തിറങ്ങാൻ ആഹ്വാനം ചെയ്തു. പാകിസ്ഥാൻ സൈന്യം .അടങ്ങിയിരുന്നില്ല. അവർ മനുഷ്യക്കുരുതി തുടങ്ങി. എന്നാൽ കിഴക്കൻ പാകിസ്ഥാനിലെ സൈനികർ ചേർന്നത് ക്ഷോഭത്തോടൊപ്പമായിരുന്നു. പാകിസ്ഥാൻ നരനായാട്ട് തുടർന്നുകൊണ്ടിരുന്നു. പ്രക്ഷോഭകാരികൾക്കൊപ്പം ധാക്ക യൂണിവേഴ്സിറ്റി വിദ്യാർത്ഥികൾ ഒന്നടങ്കം സമരത്തിൽ അണിനിരന്നു. പാകിസ്ഥാന്റെ അതിക്രമത്തിൽ കൊല്ലപ്പെട്ടത് നിരവധിപേരാണ്.

1969 ൽ പാകിസ്ഥാൻ പട്ടാളത്തിലെ കമാൻഡർ–ഇൻ–ചീഫ് യഹ്യാ ഖാൻ, ഭരണത്തലവനായി താല്ക്കാലിക സർക്കാർ രാജ്യത്ത് നിലവിൽ വന്നു. ലീഗൽ ഫ്രെയിം വർക്ക് ഓർഡർ എന്ന സംവിധാനത്തിനുകീഴിൽ പൊതുതിരഞ്ഞെടുപ്പ് നടത്തുമെന്ന് അദ്ദേഹം അറിയിച്ചു. തിരഞ്ഞെടുപ്പിൽ രാഷ്ട്രീയ കക്ഷികൾക്ക് കേവലഭൂരിപക്ഷം ലഭിക്കാതെ വന്നാൽ തനിക്ക് രാജ്യത്തിന്റെ നിയന്ത്രണം കൈയാളാൻ കഴിയുമെന്നായിരുന്നു യഹ്യാഖാന്റെ കണക്കുകൂട്ടൽ. ദേശീയ അസംബ്ലിയിലേക്കും അസംബ്ലിയിലേക്കും, പ്രവിശ്യാ തിരഞ്ഞെടുപ്പ് സുതാര്യമായി നടന്നു. അവാമി ലീഗും പാകിസ്ഥാൻ പീപ്പിൾസ് പാർട്ടിയുമായിരുന്നു പ്രബലമായ രാഷ്ട്രീയ കക്ഷികൾ.

കിഴക്കൻ പാകിസ്ഥാൻ മേഖലയിൽ വലിയ സ്വാധീനമുള്ള കക്ഷി

അവാമിലീഗായിരുന്നു. 1949–50 കാലത്താണ് അവാമി മുസ്ലീം ലീഗ് രൂപീകരിക്കപ്പെട്ടത്. പാകിസ്ഥാനിലെ മുസ്ലീം ലീഗിൽ നിന്ന് വേർപെട്ട് പോയവരും മറ്റു ചില രാഷ്ട്രീയ–സാമൂഹ്യപ്രവർത്തകരും പുതിയ പാർട്ടിക്കു വേണ്ടി പ്രയത്നിച്ചു. കിഴക്കൻ പാകിസ്ഥാനിൽ വലിയ വളർച്ച നേടാൻ പാർട്ടിക്ക് സാധിച്ചു. പില്ക്കാലത്ത് അവാമിലീഗ് എന്ന പേര് സ്വീകരിച്ചു. സമൂഹത്തിലെ എല്ലാ വിഭാഗക്കാരും പുതിയ കക്ഷിയെ പിന്തുണച്ചു. അവാമിലീഗിന്റെ ചരിത്രത്തിലെ ഏറ്റവും കരുത്തനായ നേതാവായി ശൈഖ് മുജീബുർ റഹ്മാൻ വളർന്നു.

1970 ൽ ജനറൽ യഹ്യാഖാൻ തിരഞ്ഞെടുപ്പ് പ്രഖ്യാപിച്ചതോടെ, അവാമിലീഗ് തങ്ങളുടെ രാഷ്ട്രീയ മുദ്രാവാക്യങ്ങൾ മുന്നോട്ടുവച്ചു. പാകിസ്ഥാൻ ഫെഡറേഷൻ രൂപീകരിക്കണമെന്നും പ്രതിരോധം, വിദേശകാര്യം എന്നീ മേഖലകളിലൊഴികെ ഫെഡറൽ സർക്കാരിന് അധികാരം ഉണ്ടാവാൻ പാടില്ല എന്നുമായിരുന്നു പ്രധാന ആവശ്യങ്ങൾ. മറ്റു മേഖലകളിൽ അധികാരം പ്രാദേശിക സർക്കാരുകൾക്കായിരിക്കണം എന്ന് നിർദ്ദേശിച്ചു. നികുതി ശേഖരണം ഉൾപ്പെടെയുള്ളവയും വിഭജിക്കേണ്ടതുണ്ട്. അക്ഷരാർത്ഥത്തിൽ കിഴക്കൻ പാകിസ്ഥാന്റെ സ്വയംഭരണം തന്നെയാണ് ശൈഖ് മുജീബുർ റഹ്മാൻ ലക്ഷ്യം വച്ചത്. എന്നാൽ ഇത് പടിഞ്ഞാറൻ പാകിസ്ഥാനിലെ രാഷ്ട്രീയപാർട്ടികളെയും ഉദ്യോഗസ്ഥ–സൈനികമേഖലയിലുള്ളവരെയും അങ്ങേയറ്റം അസ്വസ്ഥരാക്കി. ജനസംഖ്യാടിസ്ഥാനത്തിൽ പരിശോധിച്ചാൽ കിഴക്കൻമേഖലയിലായിരുന്നു കൂടുതൽ ആളുകൾ. തിരഞ്ഞെടുപ്പിൽ പടിഞ്ഞാറൻ പാകിസ്ഥാനിലെ പ്രബലകക്ഷിയായ പാകിസ്ഥാൻ പീപ്പിൾസ് പാർട്ടിക്ക് കിഴക്കൻമേഖലയിൽ സ്ഥാനാർത്ഥികളുണ്ടായിരുന്നില്ല. അതുകൊണ്ടുതന്നെ പ്രവിശ്യ അസംബ്ലി തിരഞ്ഞെടുപ്പിൽ ഏകദേശം മുഴുവൻ, 300 ൽ 298 സീറ്റും അവാമിലീഗിന് ലഭിച്ചു. ദേശീയ അസംബ്ലിയിലേക്ക് നടന്ന തിരഞ്ഞെടുപ്പിലാകട്ടെ 300 ൽ 160 സീറ്റ് നേടി. കേവലഭൂരിപക്ഷത്തെക്കാൾ കൂടുതൽ സീറ്റുകൾ അവാമി ലീഗ് കരസ്ഥമാക്കി. പാകിസ്ഥാൻ പീപ്പിൾസ് പാർട്ടിക്ക് (പി പി പി) ദേശീയ അസംബ്ലിയിലേക്ക് ആകെ 81 സീറ്റാണ് ലഭിച്ചത്. പഞ്ചാബ്, സിന്ധ്, മേഖലകളിൽനിന്നാണ് ഈ സീറ്റുകൾ ലഭിച്ചത്. തിരഞ്ഞെടുപ്പിനുശേഷം കാര്യങ്ങൾ മാറിമറിഞ്ഞു. മുജീബുർ റഹ്മാനുമായി കൂടിക്കാഴ്ച നടത്തി അതിലൂടെ സർക്കാർ രൂപീകരണത്തിൽ ഇടപെടാനാണ് പി പി പി നേതാവ് സുൽഫിക്കർ അലി ഭൂട്ടോ ശ്രമിച്ചത്. ജനറൽ യഹ്യാഖാനും അനുരഞ്ജനത്തിന് മുതിർന്നു. സ്വയംഭരണത്തിനായി വാദിക്കുന്ന അവാമിലീഗിന് രാജ്യഭരണം വിട്ടുകൊടുക്കുന്നത് പടിഞ്ഞാറൻ പാകിസ്ഥാനിലെ അധികാരശക്തികൾക്ക് ചിന്തിക്കാൻ കഴിയുമായിരുന്നില്ല. മാത്രമല്ല പടിഞ്ഞാറൻ മേഖലയിലെ ഏറ്റവും വലിയ കക്ഷി പാകിസ്ഥാൻ പീപ്പിൾസ് പാർട്ടി ആയിരുന്നു. അതുകൊണ്ടുതന്നെ സുൽഫിക്കർ അലി ഭൂട്ടോയ്ക്ക് അധികാരത്തിൽ കുറഞ്ഞ് മറ്റൊന്നും ആവശ്യമുണ്ടായിരുന്നില്ല.

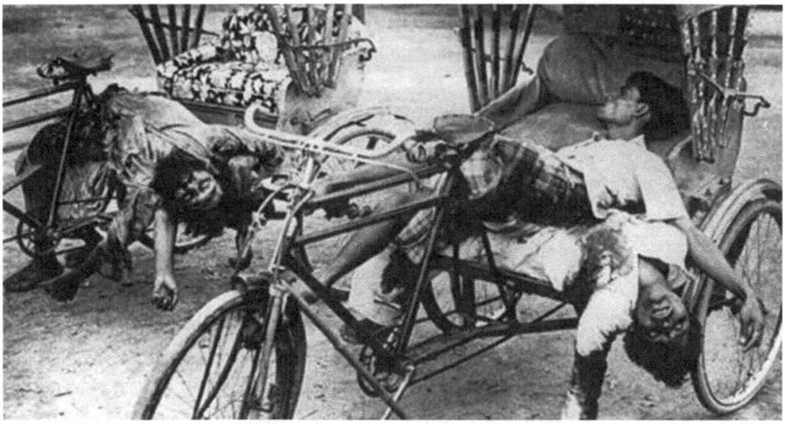

ബംഗ്ലാദേശ് വിമോചന പോരാട്ടം വംശഹത്യ

കേന്ദ്ര-പ്രവിശ്യ അസംബ്ലികൾ സമ്മേളിക്കാതെ പാക് ഭരണ നേതൃത്വം നീട്ടിവച്ചു. ഇത് യഹ്യഖാനെതിരായ വികാരം ആളിക്കത്തിച്ചു. അവാമിലീഗ് ശക്തമായ പ്രതിഷേധമുയർത്തി. ജനങ്ങൾ സംഘടിക്കണമെന്നും പട്ടാള ഭരണകൂടത്തോട് നിസ്സഹരിക്കണമെന്നും മുജീബുർ റഹ്മാൻ ആവശ്യപ്പെട്ടു. ഉദ്യോഗസ്ഥർ തന്റെ ഉത്തരവുകൾ നടപ്പാക്കണമെന്ന് ആഹ്വാനം ചെയ്തു. സ്വയം ഭരണമല്ല തങ്ങളുടെ ലക്ഷ്യമെന്നും സ്വതന്ത്രരാജ്യമാണെന്നും സൂചന നല്കിക്കൊണ്ട് മുജിബുർ റഹ്മാൻ ശക്തമായ നിലപാട് സ്വീകരിച്ചു. മുജീബുർ റഹ്മാൻ ബംഗ്ലാജനതയുടെ അഭിലാഷത്തിന് ശബ്ദരൂപം നല്കി. 1971 മാർച്ച് 7 ന് അദ്ദേഹം നടത്തിയ പ്രഭാഷണം ചരിത്രത്തിന്റെ ചുവരുകളിൽത്തട്ടി ഇന്നും ബംഗ്ലാജനതയുടെ ഹൃദയത്തിൽ മുഴങ്ങുന്നു.

ഇനിയുള്ള നമ്മുടെ പോരാട്ടം മാനവമോചനത്തിന്റേതാണ്; സ്വാതന്ത്ര്യത്തിനായുള്ളതാണ്. ബംഗാൾ ജയിക്കട്ടെ.. രക്തമേറെ നാം അതിനായി ചിന്തിക്കഴിഞ്ഞു. അതിനാൽത്തന്നെ നാമിനിയും രക്തമൊഴുക്കും.. ദൈവാനുഗ്രഹത്താൽ നാം വിമോചിതരാകുക തന്നെ ചെയ്യും. ഓരോ വീടും ഓരോ കോട്ടയാക്കി മാറ്റുക. കൈയിൽ ലഭിക്കുന്നതെന്തും ആയുധമാക്കുക...'

വാക്കുകൾ ജനതയിലേക്ക് ആഴ്ന്നിറങ്ങി. മൂന്നര പതിറ്റാണ്ടിനിപ്പുറം യുനെസ്കോ ആ മാർച്ച് ഏഴിന്റെ വാക്കുകളെ ലോകരേഖാപൈതൃകത്തിൽ ഉൾപ്പെടുത്തിയതായി പ്രഖ്യാപിച്ചു. ഒരു ജനതയുടെ ആത്മാവിൽനിന്ന്, അടക്കാനാവാത്ത സ്വാതന്ത്ര്യവാഞ്ഛയിൽനിന്ന്, സമരവീര്യത്തിൽനിന്ന് ഉയിർക്കൊണ്ട വാക്കുകളായി അത് അടയാളപ്പെടുത്തപ്പെട്ടു.

ധാക്കയിലെ വിദ്യാർത്ഥികൾ 'ബംഗ്ലാദേശീയത'യുടെ പ്രതീകമായി

പുതിയ പതാക ഉയർത്തി. യഹ്യാഖാനും സുൽഫിക്കർ അലി ഭൂട്ടോയും ധാക്കയിലെത്തി ചർച്ച നടത്തിയെങ്കിലും പരാജയപ്പെട്ടു. തുടർന്ന് പാകിസ്ഥാൻ പട്ടാളം മാർഷ്യൽ ലോ പ്രഖ്യാപിച്ചു. അഡ്മിനിസ്ട്രേഷൻ ജനറൽ ടിക്കാഖാന്റെ നേതൃത്വത്തിൽ നരനായാട്ട് തുടങ്ങി. അവാമി ലീഗ് ഉൾപ്പെടെയുള്ള പാർട്ടികളെ നിരോധിച്ചു. രാജ്യദ്രോഹക്കുറ്റം ചുമത്തി ഷെയ്ഖ് മുജീബുർ റഹ്മാനെ അറസ്റ്റ് ചെയ്ത് പടിഞ്ഞാറൻ മേഖലയിലേക്ക് കൊണ്ടുപോയി.

സമാനതകളില്ലാത്ത നരവേട്ടയുടെ നാളുകളുടെ തുടക്കം.

ലോകത്തെ ഞെട്ടിച്ച വംശഹത്യയുടെ ആരംഭമായിരുന്നു. നൃശംസമായിരുന്നു അതിന്റെ പദ്ധതികളും പ്രവർത്തനങ്ങളും. ആസൂത്രിതവും വ്യവസ്ഥാപിതവുമായ ഉന്മൂലനം. ആദ്യം അവാമി ലീഗ് നേതാക്കളെയും, അന്ന് ജനസംഖ്യയുടെ അഞ്ചിലൊന്നുണ്ടായിരുന്ന ഹിന്ദുക്കളെയും ആക്രമിച്ചായിരുന്നു ആരംഭം. തുടർന്ന് ധാക്ക സർവ്വകലാശാലയിലേക്ക്; പ്രൊഫസർമാരും വിദ്യാർത്ഥികളും അതിക്രൂരമായി ആക്രമിക്കപ്പെട്ടു. ബംഗാളി എഴുത്തുകാർ, ചിന്തകർ, സാംസ്കാരിക നായകർ, നിയമജ്ഞർ എന്നിവരെ പാകിസ്ഥാൻപട്ടാളം വകവരുത്തി. ഗ്രാമങ്ങളിലേക്ക് അതിക്രമം വ്യാപിപ്പിച്ചു. ലക്ഷക്കണക്കിന് വനിതകൾ അതിക്രൂര ബലാത്സംഗങ്ങൾക്ക് വിധേയരാക്കപ്പെട്ടു. ജീവവായുവോടൊപ്പം അന്തരീക്ഷത്തിൽ അനേകമനേകം വിലാപങ്ങൾ ലയിച്ചുചേർന്നു. വംശഹത്യയായിരുന്നു ആ അധമകൃത്യങ്ങളുടെ ലക്ഷ്യം. ഇരുപതാംനൂറ്റാണ്ടു കണ്ട ഏറ്റവും വലിയ വംശഹത്യ. വധിക്കപ്പെട്ടത് മൂന്ന് ദശലക്ഷം പേരാണ്. വംശീയ വിദ്വേഷമായിരുന്നു പാകിസ്ഥാന്റെ സമാനതകളില്ലാത്ത ക്രൂരതയ്ക്ക് പിന്നിലെ ആശയധാര. 'അധമരായ ജന്മങ്ങളുടെ അധമമായ നാട്' വംശീയവിദ്വേഷം ഉയർത്തിവിട്ടുകൊണ്ട് പാകിസ്ഥാൻ സൈനിക ജനറൽ നിയാസി ശപിച്ചു.

ഓരോ വിഭാഗത്തെയും അമർച്ച ചെയ്ത് അവസാനിപ്പിക്കുന്നതിന് വ്യക്തമായ പ്രത്യയശാസ്ത്ര പദ്ധതികൾ പ്രവർത്തിച്ചിരുന്നതായി കൊളംബിയ സർവ്വകലാശാലയിലെ രാഷ്ട്രമീമാംസാ ചിന്തകനായ ആഡം ജോൺസ് ചൂണ്ടിക്കാട്ടുന്നുണ്ട്. എലീറ്റിസൈഡ്-പൊളിറ്റിസൈഡ്- ജൻഡർസൈഡ്; ത്രിമുഖമായ ഹത്യാപദ്ധതി. സാംസ്കാരിക നായകരെ, എഴുത്തുകാരെ, ബുദ്ധിജീവികളെ, മാധ്യമ പ്രവർത്തകരെ, കായികതാരങ്ങളെവരെ ലക്ഷ്യം വെച്ചുള്ളതായിരുന്നു ആദ്യത്തേത്. രാഷ്ട്രീയ വ്യക്തിത്വങ്ങളായിരുന്നു രണ്ടാമത്തെ കൂട്ടം ഇരകൾ. അവാമിലീഗിന്റെയും മുക്തി ബാഹിനിയുടെയും അനുചരർ. പിന്നീട് ആരോഗ്യമുള്ള ബംഗാളി പുരുഷന്മാരെയും കുട്ടികളെയും. വെറുപ്പിന്റെ രാഷ്ട്രീയത്തിന്റെ പ്രവർത്തനവഴികൾ എത്ര ബീഭത്സമാണ്?

ക്രൂരബലാത്സംഗങ്ങൾ, വെടിവയ്പ്പ്, കൊലപാതകങ്ങൾ നിത്യസംഭവമായി. നിമിഷനേരംപോലും നാട്ടിൽ നില്ക്കാൻ നിവൃത്തിയില്ലാതെ, ജീവശ്വാസമെങ്കിലും നിലനിർത്താൻ മോഹിച്ച് ദശലക്ഷക്കണ

ക്കിന് ബംഗ്ലാ വംശജർ അതിർത്തി കടന്ന് ഇന്ത്യയിലേക്ക് ഒഴുകി. ഏതാണ്ട് ഒരു കോടി പേർ അഭയാർത്ഥികളായി വന്നു. ആസാം, പശ്ചിമ ബംഗാൾ, ത്രിപുര, മേഘാലയ എന്നിവിടങ്ങളിൽ അവർക്ക് അഭയം നല്കി.

ഓപ്പറേഷൻ സെർച്ച് ലൈറ്റ് എന്ന പേരിലായിരുന്നു വംശഹത്യ പദ്ധതി. പാകിസ്ഥാൻ പട്ടാളത്തെ നേരിടാൻ കിഴക്കൻ മേഖലയിലെ പരിശീലനം സിദ്ധിച്ച മുൻ പട്ടാളക്കാരും കലാപകാരികളും ചേർന്ന് 'മുക്തി ബാഹിനി' എന്ന പ്രതിരോധസേനയ്ക്ക് രൂപംനല്കി. ഗറില്ലാ രീതിയിൽ ചെറുത്തുനില്പ് സംഘടിപ്പിച്ചു. കിഴക്കൻ പാകിസ്ഥാനിൽ അവാമിലീഗ്, കമ്യൂണിസ്റ്റ് പാർട്ടി എന്നിവർ മുക്തിബാഹിനയെ പിന്തുണച്ചു. അവാമിലീഗ് നേതാക്കൾ രഹസ്യമായി ഇന്ത്യയിലെത്തുകയും ബംഗ്ലാദേശിന്റെ പ്രവാസി സർക്കാർ രൂപീകരിച്ചതായി പ്രഖ്യാപിക്കുകയും ചെയ്തു. മുജിബൂർ റഹ്മാൻ തയ്യാറാക്കിയ സ്വാതന്ത്ര്യസന്ദേശം കിഴക്കൻ ബംഗാൾ റെജിമെന്റിലെ ഒരു പട്ടാളക്കാരൻ അത് റേഡിയോയിലൂടെ വായിക്കുകയും ചെയ്തു. എല്ലാ മതവിഭാഗത്തിൽപ്പെട്ടവരും സമരത്തിൽ അണിചേർന്നു.

പാകിസ്ഥാൻ അതിക്രമത്തിന് ഇരകളായ ഏതാണ്ട് ഒരു കോടി പേർ – കിഴക്കൻ മേഖലയിൽനിന്ന് ഇന്ത്യയിലേക്ക് അഭയാർത്ഥികളായെ

LATE CITY EDITION

THE STATESMAN

REG. NO D-687

DELHI, SATURDAY, DECEMBER 4, 1971

20 Paise Plus 2 Paise Excise Duty

IT'S WAR

PAK PLANES BOMB MANY AIRPORTS

Heavy Shelling Of Border Posts

PRESIDENT DECLARES EMERGENCY

FROM OUR POLITICAL CORRESPONDENT

NEW DELHI, FRIDAY.—THE PRESIDENT PROCLAIMED A NATIONAL EMERGENCY TONIGHT FOLLOWING BLATANT PAKISTANI AGGRESSION THROUGH SUDDEN AIR ATTACKS THIS AFTERNOON ON NINE INDIAN AIRFIELDS IN THE WESTERN SECTOR.

THE AIRFIELDS ARE SRINAGAR, PATHANKOT, AMRITSAR, AMBALA, AGRA, JODHPUR, FARIDKOT, AVANTIPUR (KASHMIR VALLEY) AND UTTARLAI (RAJASTHAN) BESIDES THE SADIK AREA NEAR FEROZEPORE.

The emergency was declared under Article 352 of the Constitution after the Union Cabinet met in a special session soon after the return of Mrs Indira Gandhi to the capital from Calcutta. Mr Jagjivan Ram, who was in Patna, and Mr Chavan, who was in Bombay, flew back to Delhi in time to attend the Cabinet meeting.

AirCommander's Order Of The Day

MIDNIGHT PAK BOMBING

Country On War Footing, Says Mrs. Gandhi

FROM OUR SPECIAL REPRESENTATIVE

Agartala Airfield Raided Again

FROM OUR CALCUTTA OFFICE

ത്തി. ഇന്ത്യയെ സംബന്ധിച്ച് പ്രതിസന്ധി നിറഞ്ഞ കാലഘട്ടമായിരുന്നു അത്. എല്ലാവർക്കും പരിരക്ഷ നല്കി. കിഴക്കൻ മേഖലയിലെ മുക്തിബാഹിനി പാകിസ്ഥാൻ പട്ടാളത്തെ എതിർത്ത് മുന്നേറുകയായിരുന്നു. അപലപനീയമാം വണ്ണമുള്ള നിഷ്ക്രിയത്വവും മൗനവുമായിരുന്നു സമാനതകളില്ലാത്ത ഈ വംശീയോന്മൂലനത്തോട് അമേരിക്കയുടെ സമീപനം. ശീതയുദ്ധത്തിൽ പാകിസ്ഥാൻ നല്കിയ പിന്തുണയായിരുന്നു മുൻപും പിൻപുമെന്നപോലെ ലോകത്തെ ഞെട്ടിച്ച പല വംശഹത്യാ പരമ്പരകളിലും വേട്ടക്കാരനൊപ്പം ചേർന്ന് നിശ്ശബ്ദത ദീക്ഷിക്കാൻ അമേരിക്കയെ പ്രേരിപ്പിച്ചത്.

ബംഗ്ലാ ജനതയുടെ ചെറുത്തുനില്പിന് ഇന്ത്യ ധാർമ്മിക പിന്തുണ നല്കി. മറ്റൊരു രാജ്യത്തിന്റെ ആഭ്യന്തര പ്രശ്നമാണ്. അതിനാൽ ഇന്ത്യ കരുതലോടെയാണ് കാര്യങ്ങളെ സമീപിച്ചത്. ലോകരാഷ്ട്രങ്ങളോട് സംവദിച്ച്, വംശഹത്യക്കെതിരെ ലോകാഭിപ്രായം സ്വരൂപിക്കാനാണ് പ്രധാനമന്ത്രി ഇന്ദിരാഗാന്ധി പരിശ്രമിച്ചത്. സൈനിക ഇടപെടൽ വളരെ ജാഗ്രതയോടെ നടത്തേണ്ട പ്രവർത്തനമാണെന്ന് അവർക്ക് ബോദ്ധ്യമുണ്ടായിരുന്നു. കരസേന മേധാവി എസ് എച്ച് എഫ് ജെ മനേക് ഷായുടെ അവധാനതയോടെയുള്ള നീക്കം ഗുണകരമായി. പാകിസ്ഥാനുമായുള്ള സംഘർഷ സാദ്ധ്യത മുന്നിൽക്കണ്ട്, സോവിയറ്റ് യൂണിയനുമായി ഇന്ത്യ ഒരു കരാർ ഒപ്പിട്ടു. ഇരുരാജ്യങ്ങൾക്കുമെതിരെ മറ്റാരെങ്കിലും ആക്രമണം നടത്തിയാൽ അതിനെ പ്രതിരോധിക്കാൻ നടപടി എടുക്കുമെന്ന ഉറപ്പായിരുന്നു അത്.

പ്രക്ഷോഭകാരികൾക്ക് പിന്തുണ നല്കുന്നത് ഇന്ത്യയാണെന്ന് ആരോപിച്ച് ഇന്ത്യക്കെതിരെ പാകിസ്ഥാൻ യുദ്ധം തുടങ്ങി. കിഴക്കൻ മേഖലയിൽ പാകിസ്ഥാന് കടുത്ത പ്രതിരോധം നേരിടേണ്ടി വന്നു. തുടർന്ന് അവർ ഇന്ത്യയ്ക്കു നേരെ കിഴക്കും പടിഞ്ഞാറും ദിശയിൽ വ്യോമാക്രമണം നടത്തി. 1971 ഡിസംബർ 3 ന് ആയിരുന്നു ആക്രമണത്തിന്റെ ആരംഭം. കാശ്മീരിലെ അവന്തിപുര എയർ ബേസ് മുതൽ രാജസ്ഥാൻ വരെ പതിനൊന്ന് എയർ ബേസുകളിൽ ബോംബ് വർഷിക്കപ്പെട്ടു. അതിർത്തിയിൽനിന്ന് ഏറെ അകലെയുള്ള വിമാനത്താവളങ്ങൾ വരെയും ആക്രമിച്ചു. പ്രീ എംപ്റ്റീവ് സ്ട്രൈക്ക് എന്ന് ഇത് വിശേഷിപ്പിക്കപ്പെട്ടു. ഇന്ത്യ തിരിച്ചടിക്കാനാരംഭിച്ചു.

ജയ്സാൽമീറിലെ ലോ ഗേവാലയിൽ ഉൾപ്പെടെ ഇന്ത്യൻ – പാകിസ്ഥാൻ സൈന്യങ്ങൾ നേർക്കുനേർ ഏറ്റുമുട്ടി. അവിടെ ആയിരത്തോളം വരുന്ന പാക് സൈനികരെ 120 പേർ വരുന്ന ഇന്ത്യൻ സംഘം തന്ത്രപരമായ നീക്കത്തിലൂടെ വീഴ്ത്തി. പന്ത്രണ്ട് ടാങ്കുകൾ തകർത്തു. പ്രത്യേകം തയ്യാറാക്കിയ തുരങ്കത്തിന്റെ മുകളിൽനിന്നായിരുന്നു ഇന്ത്യയുടെ തിരിച്ചടി. താഴ്ന്ന ഭാഗത്തായതുകൊണ്ടുതന്നെ പാകിസ്ഥാന് പിടിച്ചുനില്ക്കാൻ കഴിഞ്ഞില്ല. മാരുത് പോർവിമാനങ്ങൾ ശരവർഷംപോലെ പ്രവഹിച്ചു. 1510 കി മീറ്റർ പാകിസ്ഥാൻ ഭൂമി ഇന്ത്യ പിടിച്ചെടുത്തു. കറാ

ച്ചിയിലെ പാക് നാവികസേന കേന്ദ്രത്തിലേക്ക് ആക്രമണം നടത്തിയത് (കറാച്ചി ഓപ്പറേഷൻ ട്രൈഡന്റ് – 1971 ഡിസംസർ 4) ഇന്ത്യയുടെ പ്രഹരശേഷിയുടെ മികച്ച ഉദാഹരണമാണ്. പതിമൂന്ന് ദിവസം നീണ്ടുനിന്ന കര–വ്യോമ–നാവിക യുദ്ധത്തിൽ പാകിസ്ഥാൻ പരാജയപ്പെട്ടു.

പാകിസ്ഥാനെ സഹായിക്കാൻ അമേരിക്കയുടെ ആണവായുധങ്ങൾ നിറച്ച കപ്പലുകൾ ബംഗാൾ ഉൾക്കടലിൽ എത്തിയിരുന്നു. ഏതാണ്ട് 75000 ടൺ ഭാരമുള്ള കപ്പലുകൾ നേതൃത്വം നല്കിയ സന്നാഹം. അതിനെതിരെ സുസജ്ജരായി ഐ എൻ എസ് വിക്രാന്തിന്റെ നേതൃത്വത്തിലുള്ള ഇന്ത്യൻ കപ്പൽപ്പട നിലയുറപ്പിച്ചു. അമേരിക്കയ്ക്കൊപ്പം ബ്രിട്ടനും വിമാനവാഹിനി പ്പടയെ അയച്ചിരുന്നു. അന്ന് ബംഗാൾ ഉൾക്കടലിൽ അമേരിക്കൻ കപ്പലുകൾക്ക് ചുറ്റിലും, സോവിയറ്റ് യൂണിയന്റെ ആണവായുധയുദ്ധക്കപ്പലുകൾ നിലയുറപ്പിച്ചു. അമേരിക്കൻ–ബ്രിട്ടീഷ് കപ്പലുകൾ ഇന്ത്യയെ ആക്രമിച്ചാൽ അത് തടയാൻ സർവ്വ സന്നാഹങ്ങളുമായാണ് സോവിയറ്റ് യൂണിയന്റെ കപ്പലുകൾ എത്തിയത്. അതൊരു സന്ദേശമായിരുന്നു. അമേരിക്ക മുന്നോട്ട് നീങ്ങിയില്ല.

നിസ്സഹായരായ കിഴക്കൻ ജനതയ്ക്കു നേരെയുള്ള പാക് പട്ടാളത്തിന്റെ ക്രൂരതയെ ലോകമൊന്നടങ്കം അപലപിച്ചു. എല്ലാം നഷ്ടമായ, ജീവൻ മാത്രം അവശേഷിച്ച് ആട്ടിപ്പായിക്കപ്പെട്ട ബംഗ്ല ജനതയ്ക്ക് ഇന്ത്യ വാതിൽ തുറന്നുകൊടുത്തു. അവർക്ക് അന്നവും അഭയവും നല്കി. പില്ക്കാലത്ത് ലോകത്തിന് മുന്നിൽ ഇന്ത്യയുടെ യശസ്സുയർത്തിയ പ്രവൃത്തിയായിരുന്നു ഇത്. പാകിസ്ഥാനെതിരായ ഇന്ത്യൻ സൈന്യത്തിന്റെ പോരാട്ടം, ബംഗ്ലാ വിമോചന ചരിത്രത്തോടൊപ്പം പ്രാധാന്യം നേടി.

പതിമൂന്ന് ദിവസം നീണ്ടുനിന്ന ഇന്ത്യ–പാകിസ്ഥാൻ യുദ്ധത്തിലെ ഇന്ത്യയുടെ വിജയം, സൈനിക തന്ത്രത്തിന്റെ കാര്യത്തിൽ അഭിമാനമായി മാറി. പാകിസ്ഥാൻ ആർമി ഈസ്റ്റേൺ കമൻഡ് ചീഫ് ലഫ്: ജനറൽ എ എ കെ നിയാസിയുടെ നേതൃത്വത്തിൽ 93000 പാകിസ്ഥാൻ പട്ടാളക്കാർ യുദ്ധത്തടവുകാരായി. ഇന്ത്യൻ ആർമി ഈസ്റ്റേൺ കമാൻഡ് ചീഫ് ലഫ്: ജനറൽ ജെ എസ് അറോറയുമായി ധാക്കയിൽ ഇൻസ്ട്രമെന്റേഷൻ ഓഫ് സറണ്ടർ ഒപ്പുവച്ചു. പിന്നീട് 1972 ൽ ഇന്ത്യൻ പ്രധാനമന്ത്രി ഇന്ദിരാഗാന്ധിയും പാകിസ്ഥാൻ പ്രധാനമന്ത്രി സുൽഫിക്കർ അലി ഭൂട്ടോയും ഒപ്പുവച്ച സിംല കരാറിലൂടെയാണ് യുദ്ധത്തടവുകാരെ മോചിപ്പിച്ചത്. 1972 ജനുവരി 11 ന് ആധുനിക ബംഗ്ലാദേശ് പിറന്നു. അഭയാർത്ഥികളായി വന്ന കിഴക്കൻ ബംഗ്ലാ ജനത ഏറിയപങ്കും യുദ്ധാനന്തരം അവരുടെ നാട്ടിലേക്ക് മടങ്ങി. ശൈഖ് മുജീബുർ റഹ്മാൻ നേതൃത്വം നല്കിയ പുതിയ സർക്കാർ നിലവിൽവന്നു.

ബംഗബന്ധുവിന്റെ വീട്

വീട് ഒരു ഭൗതിക നിർമ്മിതിയല്ല; അതൊരനുഭവമാണ്. ചെറുതോ വലുതോ ആകൃതി എന്തുമാവട്ടെ; ഏറ്റവും വലിയ തണൽ. മഴയും വെയിലും കൊള്ളാതെ സൂക്ഷിക്കുന്ന ഒന്ന് എന്ന അർത്ഥത്തിലല്ല. നമ്മെ പൊതിയുന്ന കവചം. ചോദ്യം ചെയ്യലുകളില്ലാതെ, ഏത് രാത്രിയിലും

നമ്മെ കാത്തിരിക്കുന്ന സങ്കേതം. അനിയന്ത്രിതവും അനന്യവുമായ സ്വാതന്ത്ര്യം വിലയം പ്രാപിച്ചിരിക്കുന്ന ഇടം. സകലനിശ്വാസങ്ങളുടെയും അഭയകേന്ദ്രം. കുറ്റാക്കൂരിരുട്ടത്തും വീട്ടിലേക്കാണെങ്കിൽ വഴി തെറ്റില്ല.. എല്ലാ സ്വകാര്യതകളും ഭദ്രമായി സൂക്ഷിക്കുന്ന വിശ്വാസകേന്ദ്രം. പരസ്പര സ്നേഹത്തിന്റെയും സ്നേഹരാഹിത്യത്തിന്റെയും ഇടം. ശൈഖ് മുജീബുർ റഹ്മാന്റെ വീട്ടിലേക്കുള്ള യാത്രയിൽ ഞാൻ ചിന്തിച്ചുകൂട്ടിയത് ഇതൊക്കെയാണ്. കെട്ടുകഥയോ വാഴ്ത്തിപ്പാടലോ അല്ല ചരിത്രം. ത്രസിപ്പിക്കുന്ന ജീവിതങ്ങളുടെ ആഖ്യാനമാണ്. നീതിക്കായുള്ള സമർപ്പണം അതിലുണ്ട്.

ബംഗ്ലാദേശ് പ്രധാനമന്ത്രിയായി തിരഞ്ഞെടുക്കപ്പെട്ടിട്ടും ധൻമോണ്ടി റോഡിലെ വസതിയിൽനിന്ന് മാറിത്താമസിക്കാൻ 'ബംഗബന്ധു' തയ്യാറായിരുന്നില്ല. എന്നാൽ പട്ടാള അട്ടിമറിയുടെ ഭാഗമായി മുജീബുർ റഹ്മാന്റെ വീടിന് നേർക്ക് ആക്രമണം നടന്നു. 1977 ആഗസ്ത് 15 ന് ശൈഖ് മുജീബുർ റഹ്മാനും കുടുംബാംഗങ്ങളും ഈ വീട്ടിൽ വച്ച് കൊല്ലപ്പെട്ടു. ഭാര്യ ബീഗം ഫസീലത്തു നിസാം, മക്കൾ ശൈഖ് കമാൽ, ശൈഖ് ജമാൽ, ശൈഖ് റസൽ, കമാലിന്റെയും ജമാലിന്റെയും ഭാര്യമാർ, മുജീബുർ റഹ്മാന്റെ സഹോദരൻ ശൈഖ് അബൂനാസർ എന്നിവർ വെടിവെയ്പിൽ കൊല്ലപ്പെട്ടു. സുരക്ഷാ ഉദ്യോഗസ്ഥനും വീട്ടിലെ ജോലിക്കാരും വധിക്കപ്പെട്ടു. മകൾ ശൈഖ് ഹസീന വിദേശത്തായതുകൊണ്ട് മാത്രം രക്ഷപ്പെട്ടു. ബംഗ്ലാദേശ് ജനതയെ ആഴത്തിൽ വേദനിപ്പിച്ച സംഭവമാണ് ഈ കൂട്ടക്കൊല. സൈന്യത്തിലെയും ഉയർന്ന ഉദ്യോഗസ്ഥതലത്തിലെയും ഗൂഢാലോചനയാണ് ഈ ദാരുണകൃത്യത്തിലേക്ക് നയിച്ചത്. രാജ്യവിരുദ്ധ ശക്തികളുടെ സ്വാധീനവുമുണ്ടായിരുന്നു.

ധൻമോണ്ടി റോഡിലെ ഈ ഭൂമി പൊതുമരാമത്ത് വകുപ്പിൽ നിന്നാണ് 1956 ശൈഖ് മുജീബുർ റഹ്മാൻ വാങ്ങുന്നത്. 1970 വീട് നിർമ്മിച്ചു തുടങ്ങി. 1971 താമസം ഇവിടേക്ക് മാറ്റി. ഭാര്യയും മക്കളും സഹോദരങ്ങളും അവരുടെ ഭാര്യമാരും അടങ്ങിയ കുടുംബം. 1971 മാർച്ചിൽ വിമോചനസമരത്തിന്റെ ഭാഗമായി മുജീബുർ റഹ്മാൻ പുതിയ ബംഗ്ലാദേശ് പതാക ഉയർത്തിയത് ഇവിടെയാണ്. പാകിസ്ഥാൻ പട്ടാളം ഓപ്പറേഷൻ സെർച്ച് ലൈറ്റ് എന്ന പേരിൽ കൂട്ടക്കൊല നടത്തിയതറിഞ്ഞ് മുജീബുർ റഹ്മാൻ രോഷാകുലനായി ശക്തമായി പ്രതിഷേധിക്കാൻ ആഹ്വാനം ചെയ്തതും ഈ വീട്ടിൽനിന്നാണ്. സ്വതന്ത്ര ബംഗ്ലാദേശ് പ്രഖ്യാപനം നടത്തിയതും അതു ലോകത്തെ അറിയിച്ചതും ഇവിടെ വച്ചാണ്. ബംഗ്ലാ വിമോചനസമരം വിജയിച്ചശേഷം മുജീബുർ റഹ്മാൻ മടങ്ങിയെത്തി. തുടർന്നാണ് ഈ വീട് തിരിച്ചുകിട്ടുന്നത്.

പട്ടാള അട്ടിമറിയെ മുൻകൂട്ടി കാണാൻ ബംഗ്ലാദേശ് ഇന്റലിജൻസ് വിഭാഗം പരാജയപ്പെട്ടു എന്നുവേണം കണക്കാക്കാൻ. ബംഗ്ലാദേശ് അതിന്റെ വളർച്ച ആരംഭിച്ച ഘട്ടത്തിലാണ് ശൈഖ് മുജീബുർ റഹ്മാൻ

കൊല്ലപ്പെടുന്നത്. ഏതാണ്ട് 950 സൈനികർ ഗൂഢാലോചനയിൽ പങ്കു കൊണ്ടതായി കരുതുന്നു.

മുജീബുർ റഹ്മാന്റെ ഏറ്റവുമടുത്ത ആളായി അറിയപ്പെട്ട സെർനിയാബത്തിന്റെ വീട് ആയിരുന്നു ആദ്യം ആക്രമിച്ചത്. ഈ വിവരം മുജീബുർ റഹ്മാൻ അറിഞ്ഞു. ഉടൻ തന്നെ ഫോണിൽ മറ്റു പലരെയും ബന്ധപ്പെടാൻ തുടങ്ങി. അദ്ദേഹത്തിന്റെ പി എ ആയ മഹിഉ ഇസ്ലാമിനോട് പൊലീസിൽ വിവരം അറിയിക്കാൻ നിർദ്ദേശിച്ചു. എന്നാൽ പൊലീസിൽ നിന്ന് പ്രതികരണമുണ്ടായില്ല. തുടർന്ന് രാഷ്ട്രപതി ഭവനിൽ ബന്ധപ്പെടാൻ ശ്രമിച്ചു. സംഭവത്തിന്റെ ഗൗരവം മനസ്സിലാക്കിയ ഭാര്യ ഫസിസത്തുന്നിസ പരിഭ്രാന്തയായി. തുടർന്ന് രണ്ടു മക്കളെയും അവരുടെ ഭാര്യമാരെയും വിവരം അറിയിച്ചു.

അക്രമത്തെക്കുറിച്ച് മനസ്സിലാക്കിയ മുജിബുർ റഹ്മാന്റെ സുരക്ഷാ ഉദ്യോഗസ്ഥർ പ്രതിരോധത്തിന് സജ്ജരായി. കറുപ്പും കാക്കിയും നിറമുള്ള വേഷം ധരിച്ച സൈനികരാണ് വീട്ടിലേക്ക് പാഞ്ഞടുത്തത്. അവർ സുരക്ഷാ ഉദ്യോഗസ്ഥരെ മറികടന്ന് വീട്ടിൽ പ്രവേശിച്ചു. വെടിവെയ്പ് ആരംഭിച്ചു. വെടിയുണ്ടകൾ ജനൽ ചില്ലുകൾ തകർത്തു. തുടർന്ന് മുജീബുർ റഹ്മാൻ മകൻ ശൈഖ് കമാലുമായി സംസാരിച്ചു. അയാൾ പുറത്തേക്ക് പാഞ്ഞു. എന്നാൽ കമാൽ ക്രൂരമായി ആക്രമിക്കപ്പെട്ടു. മേജർ ബഡ്‌ലു ഹുദയുടെ നേതൃത്വത്തിലുള്ള സംഘമായിരുന്നു കമാലിനെ വെടിവച്ചുവീഴ്ത്തിയത്. താൻ ശൈഖ് മുജീബുർ റഹ്മാന്റെ മകനാണെന്ന് പറഞ്ഞെങ്കിലും ഫലമുണ്ടായില്ല. അവിടെ ഉണ്ടായിരുന്ന സുരക്ഷാ ഉദ്യോഗസ്ഥർക്കും വെടിയേറ്റു. അക്രമികൾ മുജീബിനെ നേർക്കുനേർ കണ്ടു. 'നിങ്ങൾക്ക് എന്ത് വേണം' എന്ന് മുജീബുർ റഹ്മാൻ

ബംഗബന്ധുവിന്റെ സ്മാരകത്തിനു മുന്നിൽ

ചോദിച്ചു. എങ്ങും നിശ്ശബ്ദതയായിരുന്നു. തുടർന്ന് മുജീബുർ റഹ്മാനു നേരെ സംഘം വെടിയുതിർത്തു. അദ്ദേഹം മറിഞ്ഞുവീണു. രക്തത്തിന്റെ ഗന്ധം എങ്ങും പരന്നു. പുകയില പൈപ്പും തീപ്പെട്ടിയും അദ്ദേഹത്തിന്റെ പക്കലുണ്ടായിരുന്നു. മേജർ മുഹയിദ്ദീന്റെ നേതൃത്വത്തിലായിരുന്നു ഈ ആക്രമണം. ഭാര്യയും മക്കളും സംഭവം മനസ്സിലാക്കി ഭയന്നുവിറച്ചു. അവരുടെ മുറിയിലേക്ക് പാഞ്ഞടുത്ത അക്രമികൾ നിറയൊഴിച്ചു. മുജീബിന്റെ മൃതശരീരം കണ്ടു പകച്ചുനിന്ന കുടുംബാംഗങ്ങളെയും വെടിവച്ചു കൊന്നു.

അമ്പത്തിയഞ്ച് വയസ്സായിരുന്നു അന്ന് മുജീബുർ റഹ്മാന് പ്രായം. സാധാരണഗതിയിൽ ഒരു ജനനേതാവ് രൂപപ്പെട്ടു വരുന്ന പ്രായം. ആർജ്ജിച്ച ജനാധിപത്യ ലോകബോദ്ധ്യങ്ങൾ തന്റെ ജനതയ്ക്ക് കൂടുതൽ പകർന്നു നല്കി കൂടെ നില്ക്കേണ്ട കാലം.

എന്നാൽ 1975 ൽ അദ്ദേഹവും കുടുംബാംഗങ്ങളും വധിക്കപ്പെട്ട ശേഷം പട്ടാളം രാജ്യഭരണം ഏറ്റെടുത്തു. 1981 ൽ ശൈഖ് ഹസീന മടങ്ങി വന്ന് വീടിന്റെ മേൽ അവകാശം ഉന്നയിച്ചെങ്കിലും സൈന്യം അത് അംഗീകരിച്ചില്ല. വളരെക്കാലങ്ങൾക്കുശേഷമാണ് വീട് കുടുംബാംഗങ്ങൾക്ക് കൈമാറിയത്. എന്നാൽ തങ്ങൾ അവിടെ താമസിക്കുന്നില്ലെന്ന് അവർ തീരുമാനിച്ചു. തന്റെ പിതാവും ബന്ധുക്കളും രക്തസാക്ഷിത്വം വരിച്ചത് ബംഗാളി ജനതയ്ക്കുവേണ്ടിയാണെന്നും ഈ സൗധം അവർക്ക് സമർപ്പിക്കുന്നതായും ശൈഖ് ഹസീന പ്രഖ്യാപിച്ചു. അങ്ങനെ ശൈഖ് മുജീബുർ റഹ്മാൻ മെമ്മോറിയൽ മ്യൂസിയമായി പ്രവർത്തനം ആരംഭിച്ചു.

മ്യൂസിയത്തിന് ആറു നിലകളുണ്ട്. 1975 ആഗസ്തിലെ കലണ്ടർ അതുപോലെ (കൂട്ടക്കൊല നടന്ന ദിവസത്തെ ഓർമ്മിപ്പിച്ചുകൊണ്ട്) പ്രദർശിപ്പിച്ചിട്ടുണ്ട്. കിടപ്പുമുറി, ഭക്ഷണമുറി, മീറ്റിങ്ഹാൾ, ലൈബ്രറി എന്നിവയൊക്കെ ഭൂതകാലത്തിന്റെ പിടച്ചിലുകളായി അവശേഷിക്കുന്നു. അന്ന് ദുരന്തത്തിന് സാക്ഷിയായ കസേര, കട്ടിൽ, ഫോണുകൾ, റേഡിയോ എന്നിവയെല്ലാം അവിടെ ക്രമീകരിച്ചിട്ടുണ്ട്.

വെടിയുണ്ടകൾ തുളച്ചുകയറിയ ചുവരുകൾക്ക് ഒരുപാട് കഥകൾ പറയാനുണ്ട്. പട്ടാളഭരണം അവസാനിച്ചശേഷം പില്ക്കാലത്ത് ഈ വീടിനെ ബംഗബന്ധു ശൈഖ് മുജീബുർ റഹ്മാൻ മെമ്മോറിയൽ മ്യൂസിയം എന്ന് നാമകരണം ചെയ്തു. മഹാനായ ആ നേതാവ് വെടിയേറ്റ് വീണ വീട് എന്നെ നോക്കി നെടുവീർപ്പെടുകയാണോ? ഓരോ കോണിലും അദ്ദേഹത്തിന്റെ അടയാളങ്ങളുണ്ട്. അദ്ദേഹം ഉപയോഗിച്ച ഉപകരണങ്ങൾ, വസ്ത്രങ്ങൾ, പുസ്തകങ്ങൾ, ചെരുപ്പുകൾ, പേന അങ്ങനെ ഓരോന്നും നൊമ്പരപ്പെടുത്തുന്ന കാഴ്ചയാണ്. ആധുനിക ബംഗ്ലാദേശിന്റെ ശില്പി. രാജ്യത്തിനുവേണ്ടി തന്റെ ജീവൻതന്നെ ബലിയർപ്പിക്കേണ്ടി വന്ന ധീര യോദ്ധാവ്. ബംഗബന്ധുവിന്റെ സ്മാരകത്തിൽ പുഷ്പങ്ങൾ അർപ്പിച്ചശേഷം ഞാൻ തിരിഞ്ഞ് നടന്നു. മനസ്സിൽ വെടിയൊച്ചകൾ നേർത്തു നേർത്തു വരുന്നതുപോലെ തോന്നുകയാണ്.........

ലാൽ ബാഗ് കോട്ടയും 'സുവർണ്ണബംഗാളും'

ലാൽ ബാഗ് സ്മാരകം കാണാനുള്ള ആഗ്രഹം നേരത്തെ മനസ്സിലുദിച്ചതാണ്. സൈക്കിൾ റിക്ഷയിലാണ് അവിടേക്കുള്ള യാത്ര. ഇടുങ്ങിയ വഴികളിൽ തപ്പിയും തടഞ്ഞും റിക്ഷകൾ കടന്നുപോകുന്നു. നഗരത്തിരക്ക് വർദ്ധിക്കുന്നുണ്ട്. ഇടയ്ക്ക് വണ്ടിയിൽ നിന്നിറങ്ങി ബംഗ്ലാദേശ് ഓപ്പൺ യൂണിവേഴ്സിറ്റി, സിഖ് ഗുരുദ്വാര എന്നിവയും നിരവധി ബുക്ക്ഷോപ്പുകളും സന്ദർശിച്ചു. ശൈഖ് മുജീബുർ റഹ്മാന്റെയും ശൈഖ് ഹസീനയുടെയും ചിത്രങ്ങൾ ബുക്ക് സ്റ്റാളുകളിലെ ചുവരിലുണ്ട്. ധാക്ക യൂണിവേഴ്സിറ്റി റോഡിന്റെ ഭിത്തികളിൽ ബംഗ്ലാ വിമോചനസമരത്തിന്റെ ഓർമ്മച്ചിത്രങ്ങൾ മാർബിളിൽ കൊത്തിവച്ചിട്ടുണ്ട്. ശൈഖ് മുജീബുർ റഹ്മാൻ പ്രസംഗിക്കുന്നു. പാകിസ്ഥാൻ പട്ടാളത്തിനെതിരെ കല്ലെറിയുന്ന ഒരു ബാലന്റെ ചിത്രം ശ്രദ്ധയിൽപ്പെട്ടു. അവൻ ഷർട്ട് അഴിച്ച് അരയിൽ കെട്ടിയിരിക്കുന്നു. ജനറൽ യഹ്യാഖാന്റെ പട്ടാളത്തിനുനേർക്ക് രോഷാകുലരായി വന്ന ആബാലവൃദ്ധം ജനതയുടെയും പ്രതീകമാണ് അവൻ. ഇന്ത്യയുടെ സഹായത്തോടെ രൂപീകരിച്ച മുക്തിബാഹിനി ഗറില്ലാസേനയുടെ പോരാട്ടവീര്യവും പെയിന്റിങ്ങുകളിൽ നിറയുന്നു.

ക്യാമ്പസുകൾക്കു മുന്നിൽ വിദ്യാർത്ഥി രാഷ്ട്രീയത്തിന്റെ പ്രാധാന്യം വിളിച്ചോതുന്ന ബോർഡുകൾ. ഏഷ്യൻ രാജ്യങ്ങളിൽ ശക്തമായ വിദ്യാർത്ഥി സംഘടനാ പ്രവർത്തനം നിലനില്ക്കുന്ന ക്യാമ്പസുകളാണ് ബംഗ്ലാദേശിലേത്. വർദ്ധിച്ചു വരുന്ന റോഡപകടങ്ങൾ ചൂണ്ടിക്കാട്ടിയും ഇത് പരിഹരിക്കണമെന്നാവശ്യപ്പെട്ടും വിദ്യാർത്ഥികൾ സമരം നടത്തിയിട്ടുണ്ട്. സ്കൂൾ വിദ്യാർത്ഥികൾ ബസിടിച്ചുമരിച്ച സംഭവങ്ങളാണ് ഈ സമരങ്ങൾക്കാധാരം. സ്വകാര്യ വാഹനങ്ങൾ, ബസുകൾ എന്നിവ അമി

ലാൽ ബാഗ കോട്ടയിൽ സുഹൃത്തിനൊപ്പം

തവേഗതയിൽ കടന്നുപോവുകയും സാധാരണക്കാരുടെ ജീവൻ അപഹരിക്കപ്പെടുകയും ചെയ്യുന്നത് തുടർക്കഥയായി മാറുന്നു. മികച്ച റോഡ് സൗകര്യവും യാത്രകൾക്ക് സുരക്ഷിതത്വവും വേണമെന്നാണ് വിദ്യാർത്ഥികൾ ആവശ്യപ്പെട്ടത്. റോഡ് അപകടം സൃഷ്ടിക്കുന്നവർക്കെതിരെ കർശന നടപടി സ്വീകരിക്കണം എന്ന ആവശ്യവുമുണ്ട്.

ലാൽ ബാഗ് സ്മാരകത്തിലേക്കുള്ള പാതയിൽ ഞാൻ പ്രവേശിച്ചു. ടിക്കറ്റെടുത്തശേഷം കോട്ടയ്ക്കുള്ളിലേക്ക്. ബുറി ഗംഗാനദിക്ക് അരികിലാണ് കോട്ട. എ ഡി 1678 മുഹമ്മദ് അസം രാജകുമാരൻ പണി കഴിപ്പിച്ച മന്ദിരമാണ്. എന്നാൽ അന്ന് പണി പൂർത്തിയാക്കാൻ കഴിഞ്ഞില്ല. പിന്നീടാണ് നിർമ്മാണം പൂർത്തീകരിച്ചത്. പൂന്തോട്ടവും അതിനോട് ചേർന്ന് ഒരു മോസ്കും കാണാം. ബിബാപാരിയുടെയും ദിവാനി ആലമിന്റെയും സ്മാരകവുമുണ്ട്. പതിനെട്ട് ഏക്കർ വിസ്തൃതിയിലാണ് കോട്ട സ്ഥിതി ചെയ്യുന്നത്. ജലവിതരണം, മാലിന്യസംസ്കരണം എന്നിവയ്ക്കും സൗകര്യമൊരുക്കിയിരുന്നു. പൗരാണിക പ്രൗഢിയോടെ ആ ചരിത്ര സ്മാരകം നിലകൊള്ളുന്നു. ഓരോ കെട്ടിടത്തിലും സ്മാരകനിർമ്മിതിയിലും രേഖപ്പെടുത്തിയ വാക്കുകൾ സൂക്ഷ്മമായി വായിച്ചു. ഭൂതകാലം ഒരു ബുള്ളറ്റ് ട്രെയിൻ പോലെ പാഞ്ഞുപോവുകയാണ്. എല്ലാം കണ്ടു. കുറേ ചിത്രങ്ങളെടുത്തു. രാത്രിയോടെ മടക്കയാത്ര.

വളരെക്കുറച്ച് ദിവസങ്ങൾക്കൊണ്ട് ധാക്കയിലെ ഓരോ സ്ഥലവും പരിചയപ്പെട്ടു. അനേകം മനുഷ്യരുമായി അടുത്തിടപഴകി. ജാതി-മത ഭേദമെന്യേ എല്ലാവരുടെയും സ്നേഹവും സഹകരണവും അനുഭവിച്ചു. ബംഗാളി ഭാഷയുടെ മാഹാത്മ്യവും ലോകഭാഷാഗണത്തിൽ അതിന്റെ പ്രാധാന്യവും മനസ്സിലാക്കി.

നാലായിരത്തിലധികം വർഷങ്ങൾക്ക് മുമ്പ് ജനജീവിതം രൂപപ്പെട്ട മണ്ണാണിത്. ദ്രാവിഡരായിരുന്നു ആദിമജനത. ടിബറ്റോ-ബർമ്മീസ്, ഓസ്ട്രോ-ഏഷ്യാറ്റിക് വിഭാഗങ്ങൾ ഇവിടെ അധിവസിച്ചു. ആദ്യകാലത്ത് മഗധ സാമ്രാജ്യത്തിന്റെ അധീനതയിലായിരുന്ന പ്രദേശം 12—ാം നൂറ്റാണ്ടിനുശേഷം തുർക്കിയിൽനിന്ന് എത്തിയ ബക്തിയാർ ഖിൽജിയുടെ ഭരണത്തിൻകീഴിലായി. സുൽത്താൻഭരണം ആരംഭിക്കുന്നത് അവിടെനിന്നാണ്. മികച്ച കാർഷികോല്പന്നങ്ങളും പ്രകൃതി വിഭവങ്ങളും നിറഞ്ഞ മണ്ണാണ് ബംഗാൾ. 16-ാം നൂറ്റാണ്ടുമുതലാണ് മുഗൾ സാമ്രാജ്യത്തിന്റെ ഭാഗമായത്. 1757 ലെ പ്ലാസിയുദ്ധത്തിൽ നവാബ് സിറാജ് ഉദ് ദൗളയെ പരാജയപ്പെടുത്തിയ ബ്രിട്ടീഷുകാർ ബംഗാളിനെ അധീനതയിലാക്കി. ഇന്നത്തെ ഒറീസ, ബീഹാർ മേഖലകളെ ബംഗാളിനു കീഴിലാക്കിയത് ബ്രിട്ടീഷുകാരാണ്. ബ്രിട്ടീഷുകാർക്കെതിരെ ശക്തമായി പ്രതിരോധം ഉയർത്തിയ ധീരനായിരുന്നു സിറാജ് ഉദ് ദൗള. ബ്രിട്ടീഷുകാർ അദ്ദേഹത്തെ അധികാരഭ്രഷ്ടനാക്കുകയും അദ്ദേഹത്തിന്റെ സൈന്യാധിപൻ മിർജാഫറിനെ നവാബായി വാഴിക്കുകയും ചെയ്തു. ബ്രിട്ടീഷ് പക്ഷത്ത് ചേർന്ന മിർജാഫറിന്റെ ആളുകൾ സിറാജ് ഉദ് ദൗളയെ വധിച്ചു. എന്നാൽ തുടർന്ന് കോടിക്കണക്കിന് രൂപ മിർജാഫറിൽ നിന്ന് ബ്രിട്ടീഷുകാർ കൈപ്പറ്റി. പിന്നീട് മിർജാഫറിനെ അവഗണിക്കുകയും അദ്ദേഹത്തിന്റെ മരുമകനായ മിർകാസിമിനെ നവാബായി നിയോഗിക്കുകയും ചെയ്തു. എന്നാൽ ഒടുവിൽ മിർകാസിമുമായി ബ്രിട്ടീഷുകാർ ശത്രുതയിലായി. അദ്ദേഹത്തെയും യുദ്ധത്തിലൂടെ തോല്പിച്ചു. പില്ക്കാലത്ത് ബംഗാളിന്റെ പൂർണ്ണ അധികാരം ഈസ്റ്റ് ഇന്ത്യാ കമ്പനി ഏറ്റെടുത്തു. ധനവും പ്രകൃതിവിഭവങ്ങളും കാർഷികോല്പന്നങ്ങളും അവർ കടത്തിക്കൊണ്ടുപോയി. ദേശീയപ്രസ്ഥാനം വളർച്ച പ്രാപിച്ച നാളുകളിലാണ് ബ്രിട്ടീഷുകാർക്ക് വലിയ പ്രതിരോധം നേരിടേണ്ടിവന്നത്. ഇന്നത്തെ ആസാം, പശ്ചിമബംഗാൾ, കിഴക്കൻ ബംഗാൾ (ബംഗ്ലാദേശ്) മേഖലകൾ എന്നിവ 'ബംഗാൾ' എന്നാണ് അറിയപ്പെട്ടത്.

വിഭജനഭരണമെന്ന വികടയുക്തിയുടെ പ്രഥമ പരീക്ഷണശാലയായിരുന്നു ബംഗാൾ. ബ്രിട്ടീഷ് വൈസ്രോയിയായിരുന്ന കഴ്സൺ പ്രഭു നടപ്പിലാക്കിയ ബംഗാൾ വിഭജനം (1905) വലിയ പ്രതിഷേധത്തിന് കാരണമായി. ബ്രിട്ടീഷ് വിരുദ്ധ പോരാട്ടത്തെ ദുർബ്ബലപ്പെടുത്തുകയായിരുന്നു ലക്ഷ്യം. ഭരണപരമായ നടപടി എന്നാണ് ബ്രിട്ടീഷുകാർ ഇതിനെ വിശേഷിപ്പിച്ചത്. എന്നാൽ ജനങ്ങൾക്കിടയിൽ സംശയങ്ങൾ പെരുകി. ഹിന്ദു-മുസ്ലീം ചേരിതിരിവ് സൃഷ്ടിക്കാനും പ്രാദേശിക വിഭജനത്തിലൂടെ സ്വാതന്ത്ര്യപ്രസ്ഥാനത്തെ തകർക്കാനുമായിരുന്നു നീക്കമെന്ന് ജനങ്ങൾ തിരിച്ചറിഞ്ഞു. തീരുമാനം നടപ്പിലായാൽ ബംഗാളിന്റെ പൂർവ്വഭാഗവും (മുസ്ലീംഭൂരിപക്ഷമേഖല) പശ്ചിമമേഖലയും (ഹിന്ദുഭൂരിപക്ഷം) മതാടിസ്ഥാനത്തിലുള്ള വിഭജനത്തെ നേരിടേണ്ടിവരും. അതിനെതിരെ കല്

ക്കത്തയിലാണ് ഏറ്റവും ശക്തമായ സമരങ്ങൾ സംഘടിപ്പിക്കപ്പെട്ടത്. രവീന്ദ്രനാഥ ടാഗോർ രചിച്ച 'അമർസോനാർ ബംഗ്ലാ' ജനങ്ങൾ ഏറ്റുപാടി. വിദേശവസ്തു ബഹിഷ്കരണം, സ്വദേശി ഉല്പന്നങ്ങളുടെ ഉപയോഗം, നിസ്സഹകരണസമരം തുടങ്ങിയവ ശക്തിപ്പെട്ടു. അതിശക്തമായ വിദ്യാർത്ഥി പ്രക്ഷോഭങ്ങൾ വളർന്നുവന്നു. ഹിന്ദു-മുസ്ലീം വിഭാഗക്കാർ ഒത്തൊരുമയോടെ പ്രവർത്തിച്ചു. പുതുതായി രൂപംകൊള്ളുന്ന പൂർവ്വ ബംഗാൾ ഭാഗം മുസ്ലീങ്ങൾക്ക് കൂടുതൽ പരിഗണന കിട്ടുന്നതിന് സഹായകരമായിരിക്കും എന്ന് ബ്രിട്ടീഷുകാർ പ്രചരിപ്പിച്ചു. ഉപരി വർഗ്ഗ മുസ്ലീമുകൾ ഇതിൽ സ്വാധീനിക്കപ്പെട്ടു. എന്നാൽ ബംഗാൾ വിഭജനത്തിനെതിരെ നടന്ന സമരത്തിൽ നിരവധി മുസ്ലീം നേതാക്കൾ പങ്കുവഹിച്ചു.

സ്വാതന്ത്ര്യ സമരത്തിന് ദിശാബോധം പകരാൻ ബംഗാൾ വിഭജനത്തിനെതിരായ പ്രക്ഷോഭം പ്രചോദനമായി. അരബിന്ദോഘോഷ്, ബിപിൻചന്ദ്രപാൽ, ബാലഗംഗാധര തിലക്, ബാരിസ്റ്റർ അബ്ദുൾ റസ്സൽ, ലിയാഖത്ത് ഹുസൈൻ, സുരേന്ദ്രനാഥ് ബാനർജി എന്നിവരുടെ പേരുകൾ പ്രത്യേകം ഓർക്കേണ്ടതാണ്. മൗലാനാ അബുൾകലാം ആസാദിനെപ്പോലുള്ളവർ മുൻനിരയിൽ ഉണ്ടായിരുന്നു. ബംഗാൾ വിഭജനത്തിൽ പ്രതിഷേധിച്ച ആയിരക്കണക്കിനാളുകളെ ബ്രിട്ടീഷുകാർ പീഡിപ്പിച്ചു. ഒട്ടേറെപ്പേരെ നാടുകടത്തി. കള്ളക്കേസിൽ കുടുക്കി ജയിലിലടച്ചു. എങ്കിലും ബംഗാൾ വിഭജനമെന്ന ഗൂഢപദ്ധതിയെ പരാജയപ്പെടുത്താൻ ജനങ്ങൾ അണിനിരന്നു. സമരം വിജയിച്ചു. ബംഗാൾ വിഭജനം റദ്ദാക്കപ്പെട്ടു. എല്ലാത്തരം പ്രാദേശിക വിഭജനങ്ങൾക്കുമെതിരെ ബംഗാളികൾ ചിന്തിച്ചു എന്നതിന്റെ സന്ദേശമായി അത് മാറി. ബംഗാളിന്റെ ഓരോ കോണിലും ചരിത്രം ചിറകടിച്ചുയരുന്ന പക്ഷിയെപ്പോലെ നമുക്ക് മുന്നിൽത്തന്നെയുണ്ട്.

പുസ്തകോത്സവനഗരിയിൽ

സർഗ്ഗാത്മകവും സാംസ്കാരികവുമായ ഒത്തുചേരലായി ഫെബ്രുവരി 21 നെ ബംഗാൾ ജനത പാകപ്പെടുത്തിയിരിക്കുന്നു. പുസ്തകോത്സവം അതിന്റെ പ്രധാന അദ്ധ്യായമാണ്. എല്ലാ വർഷവും ധാക്കയിൽ ഫെബ്രുവരിയിൽ നടക്കുന്ന അന്താരാഷ്ട്ര പുസ്തകോത്സവത്തിന് ഇത്തവണ ഞാനും സാക്ഷിയായി. ധാക്ക നഗരം ചുറ്റിക്കറങ്ങിയശേഷം വൈകിട്ടാണ് പുസ്തകോത്സവനഗരിയിൽ പ്രവേശിച്ചത്. മാതൃഭാഷാദിനത്തോടനുബന്ധിച്ചുള്ള വിപുലമായ സാംസ്കാരിക മേളയാണ് 'ഏകുഷി പഥിക് ബുക് ഫെസ്റ്റ്' എന്ന പേരിലുള്ളത്. അനേകം പുസ്തക പ്രസാ

ധകർ, ലക്ഷക്കണക്കിന് പുസ്തകങ്ങൾ – അക്ഷരാർത്ഥത്തിൽ പുസ്തകക്കടൽ. നൂറുകണക്കിന് എക്സിബിഷൻ സ്റ്റാളുകൾ, സർക്കാർ വകുപ്പുകളുടെയും സന്നദ്ധസംഘടനകളുടെയും പ്രത്യേക കൗണ്ടറുകളും സജ്ജീകരിച്ചിട്ടുണ്ട്. ഫുഡ് കോർട്ട്, സാഹസിക, വിനോദപരിപാടികൾ എന്നിവയുമുണ്ട്.

ഇന്ത്യൻ ഉപഭൂഖണ്ഡത്തിലെ ഏറ്റവും സമൃദ്ധമായ സാംസ്കാരിക പാരമ്പര്യമാണ് ബംഗാളി ഭാഷയ്ക്കുള്ളത്. കല, സംഗീതം, സാഹിത്യം തുടങ്ങിയ സകല മേഖലകളിലും ശക്തമായ പാരമ്പര്യവും വർത്തമാനവും ബംഗ്ലാദേശ് കാത്തുസൂക്ഷിക്കുന്നു. ബംഗാളിൽ ഉരുവംകൊണ്ട കൃതിയെയോ സംഗീതത്തെയോ ചലച്ചിത്രത്തെയോ പരാമർശിക്കാതെ ആ മേഖലകളിലെ ചെറുതും വലുതുമായ ഒരു ചിന്തയും പൂർണ്ണമാവുകയില്ല. ഓരോ മേഖലയുമോർത്താൽ അസാമാന്യരായ പ്രതിഭകളുടെ തലപ്പൊക്കങ്ങൾ. മഹാവൃക്ഷങ്ങൾ നിറഞ്ഞ കാട് പോലെ സമൃദ്ധമാണ് ബംഗാൾ സാംസ്കാരികത.

പുസ്തകോത്സവ നഗരിയിൽ ടാഗോറിന്റെ പുസ്തകങ്ങൾ തകൃതിയായി വില്പന നടക്കുന്നു. ഇന്ത്യയുടെ ദേശീയ കവിയായ ടാഗോർ ബംഗാളിന്റെ പ്രിയ പുത്രനാണ്. എന്തെല്ലാമല്ലായിരുന്നു ആ മഹാമനീഷിയെന്ന് ചിന്തിക്കുന്നതാകും എളുപ്പം. കവി, നാടകകൃത്ത്, ദാർശനികൻ, ചിത്രകാരൻ, സംഗീതജ്ഞൻ, സാമൂഹികപരിഷ്കർത്താവ് – സ്പർശിച്ച മേഖലകളിലെല്ലാം അഗ്രഗണ്യത. പ്രൗഢഗംഭീരഗദ്യവും മായികമായ പദ്യവും അതീവ ഗഹനമായചിന്തയുമെല്ലാം ഇന്ത്യയുടെ ആധുനികതയ്ക്കും നവോത്ഥാനത്തിനും മാർഗ്ഗം കാട്ടി.

ദേശീയതയെപ്പറ്റിയുള്ള സങ്കല്പങ്ങൾ സമകാലികസാഹചര്യങ്ങളിൽ വികലമാകുമ്പോൾ ടാഗോർ അതേപ്പറ്റി പറഞ്ഞത് നാം പേർത്തും ചേർത്തും ഓർത്തെടുക്കേണ്ടതുണ്ട്.. 'രാജ്യസ്നേഹത്തിന് ഒരിക്കലും ആത്മീയ അഭയമാകാൻ കഴിയില്ല. എന്റെ അന്തിമഭയം മാനവികതയാണ്. രത്നങ്ങളുടെ വിലകൊടുത്ത് കുപ്പിച്ചില്ലുകൾ വാങ്ങുന്നതുപോലെയാണ്, മനുഷ്യസ്നേഹത്തിനു പകരം രാജ്യസ്നേഹത്തെ പ്രതിഷ്ഠിക്കുന്നത്–' ഗാന്ധിക്കെഴുതിയ കത്തിൽ ടാഗോർ പറഞ്ഞു.

1905 ലെ ബംഗാൾ വിഭജനത്തിനെതിരെ ടാഗോർ എഴുതിയ കവിത 'അമർ സോനാർ ബംഗ്ലാ' (എന്റെ സുവർണ്ണ ബംഗാൾ). ബംഗ്ലാദേശ് രൂപീകരണശേഷം അവരുടെ ദേശീയ ഗാനമായി അംഗീകരിച്ചു. അന്താരാഷ്ട്ര ക്രിക്കറ്റ് വേദികളിൽ ഇന്ത്യ–ബംഗ്ലാദേശ് മത്സരസമയത്ത് ആലപിക്കുന്ന ദേശീയഗാനം രണ്ടും രചിച്ചത് ടാഗോറാണ്. ഇത് അപൂർവ്വമാണ്. എഴുത്തുകാരനും ചിന്തകനും മഹാജ്ഞാനിയുമായിരുന്നു ടാഗോർ. മഹർഷി ദേവേന്ദ്രനാഥിന്റെയും ശാരദാദേവിയുടെയും മകനായാണ് കല്ക്കത്തയിൽ 1861 ടാഗോർ ജനിക്കുന്നത്. പിതാവിന്റെ ജന്മദേശം ഇന്നത്തെ ബംഗ്ലാദേശാണ്. ജെസോറിയിലേക്ക് നീളുന്ന കുടുംബവേരുകളാണ് ടാഗോറിനെ ഇവിടത്തുകാർക്കും പ്രിയപ്പെട്ടതാക്കുന്നത്. പതിനാലാം

ധാക്ക യൂണിവേഴ്സിറ്റി ലൈബ്രറിക്കു മുന്നിൽ

വയസ്സിലാണ് ടാഗോറിന്റെ ആദ്യ കവിത പ്രസിദ്ധീകരിച്ചത്. പതിനേഴാമത്തെ വയസ്സിൽ കവിതാസമാഹാരം പ്രസിദ്ധീകരിച്ചു. തുടക്കകാലത്ത് സംഗീത നാടകങ്ങളിൽ വ്യാപൃതനായി. പിന്നീട് കവിത, നോവൽ,, നാടകം എന്നിവ രചിച്ചു. വിവാഹിതനായശേഷം ഷിലൈഡാഹിലാണ് താമസിച്ചത്. കുടുംബസ്വത്തുക്കളും എസ്റ്റേറ്റും നോക്കിനടത്തലായിരുന്നു ചുമതല. ഭൂപ്രകൃതിയും അവിടത്തെ അന്തരീക്ഷവും അദ്ദേഹത്തിലെ പ്രതിഭയെ രൂപപ്പെടുത്തുന്നതിൽ പങ്കുവഹിച്ചു. പില്ക്കാലത്ത് പ്രക്ഷോഭകാരിയും പണ്ഡിതനുമായി വളർന്നു. ജനങ്ങളെ അടിമകളാക്കിയ ബ്രിട്ടീഷുകാരുടെ ചെയ്തികളോട് വിയോജിച്ച് അവരുടെ ബഹുമതികൾ, പുരസ്കാരങ്ങൾ എന്നിവ ഉപേക്ഷിച്ചു. *ഗീതാഞ്ജലി* എന്ന ദീർഘകാവ്യം അദ്ദേഹത്തിന്റെ ഏറ്റവും വിലപ്പെട്ട സംഭാവനയായിരുന്നു. അതിന്റെ ഇംഗ്ലീഷ് പരിഭാഷയ്ക്ക് അവതാരിക എഴുതിയത് വിശ്വകവി യീറ്റ്സ് ആണ്. 1913 ൽ ഏഷ്യയിലേക്ക് തന്നെ നോബൽ സമ്മാനം *ഗീതാഞ്ജലി*യിലൂടെ എത്തിച്ചേർന്നു.

വ്യക്തിജീവിതത്തിൽ വലിയ വേദനകൾ അനുഭവിച്ച ആളാണ് ടാഗോർ. ഭാര്യയുടെയും രണ്ടു മക്കളുടെയും മരണം അദ്ദേഹത്തെ മാനസിക വ്യഥയിലേക്ക് നയിച്ചു. ബംഗ്ലാദേശിൽ എല്ലായിടത്തും അദ്ദേഹത്തിന്റെ കൃതികൾ വായിക്കപ്പെടുന്നു.. ടാഗോർ സ്ഥാപിച്ച ശാന്തിനികേതൻ പിന്നീട് ബംഗാളിലെ പ്രശസ്തമായ സർവ്വകലാശാലയായി. ലോകം ഒറ്റക്കിളിക്കൂടായിത്തീരുന്നതിനെ ടാഗോർ സദാ സ്വപ്നം കണ്ടിരുന്നു.

സാഹിത്യ-സാംസ്കാരിക രംഗത്തെ നിരവധി പ്രതിഭകളെ സംഭാവന ചെയ്ത നാടാണ് ബംഗാൾ. ബംഗ്ലാദേശിന്റെ ദേശീയ കവിയാണ് ഖാസി നസ്റുൾ ഇസ്ലാം. രാഷ്ട്രീയപ്രവർത്തകനും വിപ്ലവകാരിയും. ബർ

ദ്വാൻ ജില്ലയിലാണ് അദ്ദേഹം ജനിച്ചത്. ചെറുപ്പത്തിൽ നാടകം, കവിത എന്നിവയിൽ ശ്രദ്ധ പതിപ്പിച്ചു. പിന്നീട് ബ്രിട്ടീഷ് പട്ടാളത്തിൽ ചേർന്നു. അതുകഴിഞ്ഞ് പത്രപ്രവർത്തകനായി. തുടർന്ന് സ്വാതന്ത്ര്യ സമരത്തിൽ പങ്കാളിയായി. നിരവധി തവണയാണ് ജയിൽ ശിക്ഷയ്ക്ക് വിധേയനായത്. അദ്ദേഹത്തിന്റെ രചനകളിലാകെയും മാനവമോചനത്തിന്റെയും, സ്വാതന്ത്ര്യാഭിവാഞ്ഛയുടെയും ചിന്തകൾ പ്രകാശം വീശി. ഏതാണ്ട് നാലായിരം ഗാനങ്ങൾ ചിട്ടപ്പെടുത്തിയിട്ടുണ്ട്. എഴുത്തിനുമപ്പുറം കാർഷിക വിഷയങ്ങളെപ്പറ്റി ഗാഢമായ പഠനംതന്നെ നടത്തിയിരുന്നു.

ലാങ്കാ, ഗണവാണി എന്നീ പ്രസിദ്ധീകരണങ്ങൾ പുറത്തിറക്കിയ അദ്ദേഹം സ്വാതന്ത്ര്യസമരകാലത്ത് ഹിന്ദു, മുസ്ലീം സംഘർഷങ്ങൾ ഉടലെടുത്ത സ്ഥലങ്ങളിൽ സമാധാനസന്ദേശം പ്രചരിപ്പിച്ചു.. *നവയുഗ്* എന്ന പത്രത്തിലും പ്രവർത്തിച്ചു. ഖിലാഫത്ത്, റൗലറ്റ് സമരങ്ങളിൽ പങ്കാളിയായി. *ധൂമകേതു* എന്ന പത്രത്തിന് നേതൃത്വം നല്കി. കവിതയെഴുതിയതിന്റെ പേരിൽ രാജ്യദ്രോഹക്കുറ്റം ചുമത്തി ജയിലിൽ അടയ്ക്കപ്പെട്ടു. ലേബർ സ്വരാജ് പാർട്ടിയിലും കമ്യൂണിസ്റ്റ് പാർട്ടിയിലും പ്രവർത്തിച്ചു.

ഇന്ത്യൻ കമ്യൂണിസ്റ്റ് പ്രസ്ഥാനത്തിന്റെ അതികായന്മാരിലൊരാളായ ജ്യോതിബസു ജനിച്ചത് ഇന്നത്തെ ബംഗ്ലാദേശിലെ ധാക്ക ജില്ലയിലാണ്. ഇന്ത്യ-ബംഗ്ലാദേശ് ബന്ധത്തിൽ ജ്യോതി ബസുവിന്റെ പങ്ക് വലുതാണ്. നദീജലതർക്കം പോലുള്ള പ്രശ്നങ്ങളിൽ അദ്ദേഹം വളരെ പക്വതയോടെ ഇടപെട്ട് പരിഹരിച്ചു. ജ്യോതിബസു താമസിച്ച വീട് ബംഗ്ലാദേശിലെ ദേശീയ സ്മാരകമാണ്. ബസുവിന്റെ അച്ഛൻ എൻ കെ ബസു ഡോക്ടറായിരുന്നു. അദ്ദേഹം ആ നാട്ടുകാർക്ക് പ്രിയങ്കരനുമായിരുന്നു. സ്വാതന്ത്ര്യസമരകാലത്ത് ഒട്ടേറെ നേതാക്കന്മാർ ഈ വീട്ടിലെത്തിയിട്ടുണ്ട്. പില്ക്കാലത്ത് പാകിസ്ഥാനെതിരായി ബംഗാളി ജനത നടത്തിയ എല്ലാ സമരങ്ങൾക്കും ജ്യോതിബസുവിന്റെ പിന്തുണ ഉണ്ടായിരുന്നു. അഭയാർത്ഥികളെ പുനരധിവസിപ്പിക്കാനുള്ള പ്രവർത്തനങ്ങളിൽ കമ്യൂണിസ്റ്റ് പാർട്ടി വലിയ പങ്കുവഹിച്ചു. അക്കാരണങ്ങൾക്കൊണ്ട് ജ്യോതിബസുവിന് ബംഗ്ലാദേശ് പരമോന്നത പുരസ്കാരം നല്കിയിട്ടുണ്ട്. പശ്ചിമബംഗാൾ മുഖ്യമന്ത്രിയായി ദീർഘകാലം ബസു പ്രവർത്തിച്ചു.

അവിജിത് റോയിയുടെ കൊലപാതകത്തെക്കുറിച്ചുള്ള നടുക്കുന്ന ഓർമ്മകൾ മനസ്സിലേക്ക് വന്നു. പ്രമുഖ ബ്ലോഗ് എഴുത്തുകാരനായിരുന്നു അവിജിത് റായ്. ഫെബ്രുവരിയിൽ ഇതുപോലെ പുസ്തകോത്സവം കണ്ടു മടങ്ങുമ്പോഴാണ് കൊല്ലപ്പെടുന്നത്. ഇരുട്ടിന്റെ മറവിൽ പതിയിരുന്ന അക്രമികൾ ആയുധങ്ങളുമായി ചാടി വീഴുകയായിരുന്നു. ഭാര്യയുടെ കൺമുന്നിലാണ് അവിജിത് ആക്രമിക്കപ്പെട്ടത്. എന്തായിരുന്നു അവിജിത് ചെയ്ത തെറ്റ്? മതേതര നിലപാടുകൾ ഉയർത്തിപ്പിടിച്ചു ബ്ലോഗ് എഴുതി. പത്ത് പുസ്തകങ്ങൾ രചിച്ചു. യുക്തിചിന്ത

പ്രോത്സാഹിപ്പിച്ചു. തീവ്രമതനിലപാടുകളെ എതിർത്തു. ഇസ്ലാമിസ്റ്റ് ഗ്രൂപ്പുകളുടെ കണ്ണിലെ കരടാവാൻ ഇതൊക്കെ ധാരാളം. ഇത്തരം അതിക്രമങ്ങളെ ബംഗ്ലാദേശ് സർക്കാർ അപലപിക്കുന്നുണ്ട്. പുതിയ ബംഗ്ലാദേശ് മതേതരത്വം മുറുകെപ്പിടിക്കുന്ന രാജ്യമാണ്. പുസ്തകോത്സവ നഗരിയിലെത്തുന്ന ആയിരങ്ങളെ കാണുമ്പോൾ അവരുടെ ഐക്യബോധം അനുഭവിച്ചറിയാൻ കഴിയുന്നു. മതം, ജാതി, ലിംഗം തുടങ്ങിയ ഭിന്നതകൾക്കപ്പുറം ബംഗാളി ഭാഷയോടുള്ള വികാരവായ്പുകൾ അവരെ ഒന്നിപ്പിക്കുന്നു.

മതേതരത്വം എന്ന ആശയത്തെ ബംഗ്ലാദേശ് 1977 ൽ ഭരണഘടനയിൽനിന്ന് ഒഴിവാക്കിയിരുന്നു. പിന്നീട് സുപ്രീംകോടതി ഇത് കൂട്ടിച്ചേർക്കാൻ വിധിച്ചു. ഇസ്ലാംമതം ഔദ്യോഗിക മതമാണ്. എന്നാൽ മറ്റ് മതങ്ങൾക്ക് തുല്യപദവി കല്പിക്കപ്പെട്ടിരിക്കുന്നു. ഇസ്ലാംമതത്തിൽപ്പെട്ടവർക്ക് ഏതെങ്കിലും പ്രത്യേക അവകാശങ്ങളും ഇല്ല. ഒരു മതവിശ്വാസത്തോടും വിവേചനം പാടില്ല എന്നതാണ് തത്ത്വം. ബംഗ്ലാ ദേശീയതയാണ് രാജ്യം അംഗീകരിച്ചിട്ടുള്ളത്. ബംഗ്ലാദേശിലുള്ളവർ ബംഗാളികൾ എന്നറിയപ്പെട്ടു. 1971 ൽ ബംഗ്ലാദേശ് രൂപംകൊള്ളുന്നതിന് മുമ്പ് ഇന്ന് ബംഗ്ലാദേശ് എന്ന് വിളിക്കപ്പെടുന്ന പഴയ കിഴക്കൻ പാകിസ്ഥാനിൽ ഉണ്ടായിരുന്നവരും അവരുടെ പിൻഗാമികളും ബംഗ്ലാദേശ് രൂപം കൊണ്ടശേഷം രാജ്യത്ത് തുടരുന്നവരും ബംഗ്ലാദേശ് പൗരന്മാരായി പരിഗണിക്കപ്പെടുന്നു. ഇരട്ടപൗരത്വവും അനുവദിക്കുന്നുണ്ട്. ഒന്നരലക്ഷം ഡോളർ നല്കിയാൽ ഏതൊരു വ്യക്തിക്കും പൗരത്വം ആർജ്ജിക്കാം. എൺപത് ശതമാനത്തിലധികം മുസ്ലീങ്ങൾ വസിക്കുന്ന രാഷ്ട്രമാണെങ്കിലും ബംഗ്ലാദേശ് ഒരു ഇസ്ലാമിക രാഷ്ട്രമല്ല. ഹിന്ദു, ക്രിസ്ത്യൻ സിഖ്

ബംഗ്ലാദേശ് ദേശീയ മ്യൂസിയത്തിനു മുന്നിൽ

വിഭാഗക്കാരുണ്ട്. ചൂഷണവിമുക്തമായ ഒരു സമൂഹത്തെ ലക്ഷ്യം വയ്ക്കുന്ന ഭരണഘടനയാണ് ബംഗ്ലാദേശിന്റേത്.

സിയാവുർ റഹ്മാൻ ബംഗ്ലാദേശ് പ്രധാനമന്ത്രിയായിരിക്കുമ്പോഴാണ് മതേതരത്വം ഭരണഘടനയിൽനിന്നും ഒഴിവാക്കിയത്. മുഹമ്മദ് ഇർഷാദ് പ്രസിഡന്റായിരിക്കെ 1988 ൽ 'ഔദ്യോഗിക മതം' ഇസ്ലാം എന്നാക്കി മാറ്റി. നിയമതർക്കങ്ങൾക്കൊടുവിൽ 2010 ൽ സുപ്രീം കോടതി ഇക്കാര്യത്തിൽ അന്തിമതീർപ്പ് കല്പിച്ചു. ഭരണഘടനയിൽനിന്ന് മതേതരത്വത്തെ ഒഴിവാക്കാനാവില്ല എന്നും രാജ്യത്ത് ഇസ്ലാം ഔദ്യോഗികമതമായിരിക്കെത്തന്നെ മതേതരത്വം സംരക്ഷിക്കണമെന്നും വിധിച്ചു. നേരത്തേ അല്ലാഹുവിലുള്ള പൂർണ്ണവിശ്വാസം എന്ന ആശയം ഭരണഘടനാ ഭേദഗതിയിലൂടെ കൂട്ടിച്ചേർത്തിരുന്നു. എന്നാൽ, ആ ഭാഗത്തെ ഒഴിവാക്കുകയും 'മറ്റു മതങ്ങളെ ഉൾക്കൊള്ളാൻ കരുണയുള്ള നമ്മുടെ സ്രഷ്ടാവിന്റെ പേരിൽ' എന്ന് ഭേദഗതി വരുത്തുകയും ചെയ്തു. കിഴക്കൻ പാകിസ്ഥാനിൽ ജീവിക്കുകയും ബംഗ്ലാവിമോചനസമരഘട്ടത്തിൽ പാകിസ്ഥാൻ അനുകൂല നിലപാടെടുത്തു എന്ന പേരിൽ ബംഗ്ലാദേശ് പൗരത്വം നിഷേധിക്കപ്പെടുകയും ചെയ്ത, ഉറുദു സംസാരിക്കുന്ന അനേകായിരങ്ങൾ അവിടെയുണ്ട്. അവരേയും പരിരക്ഷിച്ചുകൊണ്ടാണ് ബംഗ്ലാദേശ് പിന്നീട് പൗരത്വനയം ആവിഷ്കരിച്ചത്.

ടാഗോറിന്റെയും മറ്റനേകം സാഹിത്യകാരന്മാരുടെയും കൃതികൾ വീക്ഷിച്ച്, പുസ്തകോത്സവസംഘാടകരോട് കുശലം പറഞ്ഞ് ഫുഡ് കോർട്ടിൽ ദീർഘനേരം ചെലവഴിച്ച് ഞങ്ങൾ പുറത്തിറങ്ങി ഹോസ്റ്റലിലേക്ക് മടങ്ങി.

ബംഗ്ലാദേശ്: സംഘർഷവും സമന്വയവും

ഇന്ത്യയുടെ ആത്മാവ് തന്നെയായിരുന്നു ഒരു കാലത്ത് വംഗദേശമാകെയും. ഇന്നും ബംഗ്ലാദേശിനെപ്പറ്റി പരാമർശിക്കപ്പെടുമ്പോൾ രണ്ടാമതൊരു ചിന്തയിൽ മാത്രമാണ് അത് അന്യദേശമാണെന്ന ബോധം ഉളവാകുന്നത്. ഒരു നദികൊണ്ടോ, പർവ്വതംകൊണ്ടോ പ്രകൃതിയുടെ യാതൊരു കെട്ടുപാടുകളുമില്ലാതായിരുന്നിട്ടുകൂടിയും വിഭജിക്കപ്പെട്ട മണ്ണും മനുഷ്യരും.

ഭൂപ്രകൃതിയുടെ കാര്യത്തിൽ വളരെ മനോഹരമായ നാടാണ് ബംഗ്ലാദേശ്. ഇന്ത്യയിലൂടെ ഒഴുകുന്ന ഗംഗയും ബ്രഹ്മപുത്രയും ബംഗ്ലാദേശിനെ പുണരുന്നു. പത്മം, ജമുന തുടങ്ങിയ പേരുകളിൽ അവ ഒഴുകുന്നു. ഗംഗയുടെ കൈവഴിയായ പത്മ, ബ്രഹ്മപുത, മേഘ്ന–നദികളുടെ കൂടി നാടാണ് ബംഗ്ലാദേശ്. നൂറുകണക്കിന് നദികൾ ഉപനദികൾ ഇവയെല്ലാം എട്ടുകാലിവരപോലെ ജലത്തിന്റേതായൊരു ജാലിക ബംഗ്ലാദേശിൽ സൃഷ്ടിക്കുന്നു. ഭൂപ്രകൃതിയിലെ ഈ ജലസാന്നിദ്ധ്യത്താലാകാം ജനതയിൽ ബഹുഭൂരിഭാഗത്തിനും നീന്തൽ വശമാണ്.

നിരന്തര പ്രതിസന്ധികളാണ് പ്രാകൃതികമായും ബംഗ്ലാദേശിന് നേരിടേണ്ടി വന്നിട്ടുള്ളത്. അടിക്കടിയുണ്ടാകുന്ന വെള്ളപ്പൊക്കം ബംഗ്ലാദേശ് ജനതയെ ദുരിതത്തിലാക്കുന്നുണ്ട്. ഞങ്ങൾ സന്ദർശിക്കുന്ന സമയത്ത് നല്ല വെയിലാണ്. മഴ തുടങ്ങിയാലാകട്ടെ നാട് പേമാരിയിലും. ബംഗാൾ ഉൾക്കടലിന്റെ സാന്നിദ്ധ്യവും അതിന് കാരണമാണ്. ചുഴലിക്കാറ്റും കൊടുങ്കാറ്റും നാശം വിതയ്ക്കുന്ന നാടാണ്. ഈ ദുരന്തത്തിൽപ്പെട്ട് അനേകം മനുഷ്യരാണ് ഓരോ വർഷവും മരണമടയുന്നത്. നദീജലലഭ്യതയും കാലാവസ്ഥയും കൃഷിക്കനുയോജ്യമാണ്. നദികളുടെ

ധാരാളിത്തമാണ്. പുഴകളുടെയും അരുവികളുടെയും ജാലികയ്ക്കുള്ളിലാണ് രാജ്യത്തെ ഓരോ ഭൂവിഭാഗവും.

അഭിശപ്തവർഷമായിരുന്നു ബംഗ്ലാദേശിന് 1974. കൊടുംപട്ടിണി. ഇരുപതാം നൂറ്റാണ്ടുകണ്ട ഏറ്റവും വലിയ ക്ഷാമങ്ങളിലൊന്ന്. ദശലക്ഷക്കണക്കിന് പേർ മരിക്കുന്നു. വിശന്നിട്ട്, കോളറയും മലേറിയയുമൊക്കെ പടർന്നു പിടിച്ചിട്ട്... ചരിത്രത്തിലെ മായ്ക്കാനാവാത്ത മറ്റൊരു മുറിവ്. വെള്ളപ്പൊക്ക ദുരിതങ്ങളും പട്ടിണിക്ക് സമാന്തരമായി എന്നും നിലകൊണ്ടു.

വ്യാപാരരംഗത്ത് ഇന്ത്യയുമായി നല്ല സൗഹൃദം സൂക്ഷിക്കുന്ന രാജ്യമാണ്. ഊർജ്ജരംഗത്തും പരസ്പര പങ്കാളിത്തമുണ്ട്. ടെക്സ്റ്റൈൽ വ്യവസായരംഗത്തും പ്രതിരോധരംഗത്തും അന്യോന്യം കൊടുക്കൽ വാങ്ങലുകളുണ്ട്. ഇന്ത്യയിലെ വടക്കുകിഴക്കൻ പ്രദേശങ്ങളിലേക്ക് എ പി ജി ലഭ്യമാക്കാനും ബംഗ്ലാദേശിന്റെ സഹായമുണ്ട്. അതുകൊണ്ട് ഇന്ത്യയെ സംബന്ധിച്ച് നയതന്ത്ര പ്രാധാന്യമുള്ള ഒരു അയൽ രാജ്യമാണ്.

ഇന്തോ ആര്യൻ ഭാഷയാണ് ബംഗാളി. അന്താരാഷ്ട്ര തലത്തിൽ സംസാരിക്കുന്നവരുടെ എണ്ണത്തിൽ അഞ്ചാംസ്ഥാനം. ഹിന്ദി കഴിഞ്ഞാൽ ഇന്ത്യയിൽ ഏറ്റവും കൂടുതൽ പേർ സംസാരിക്കുന്ന ഭാഷയും അതാണ്. ഒമ്പതു കോടിയിലധികം പേർ. പശ്ചിമബംഗാൾ, ആസാം, ത്രിപുര, ആന്തമാൻ നിക്കോബാർ എന്നിവിടങ്ങളിൽ ബംഗാളി സംസാരിക്കുന്ന

1971: കീഴടങ്ങൽ സന്ധിയിൽ പാക് സൈനികോദ്യോഗസ്ഥൻ ഒപ്പുവയ്ക്കുന്നു

ജനങ്ങൾ അധിവസിക്കുന്നു. 16 കോടിയിലധികം ജനങ്ങൾ ബംഗ്ലാദേശി ലുണ്ട്. ഇതിൽ ബഹുഭൂരിപക്ഷവും ബംഗാളി മാതൃഭാഷയായിട്ടുള്ളവർ. ഇംഗ്ലീഷ്, ഉറുദു, ഹിന്ദി എന്നിവയും ജനങ്ങൾ ഉപയോഗിക്കുന്നുണ്ട്. രസകരമായ കാര്യം ബംഗാളി സംസാരിക്കുന്നവർ ലോകത്തെല്ലാ യിടത്തുമുണ്ട് എന്നതാണ്. മലയാളി വിശ്വപൗരനാണ് എന്ന് പറയുന്ന തുപോലെ ബംഗാളികളും വിശ്വപൗരന്മാരാണ്.

യുദ്ധത്തിന്റെ ചാരത്തിൽനിന്നും ഒരു ഫിനിക്സ് പക്ഷിയെപ്പോലെ ഉയിർത്തെഴുന്നേറ്റ ബംഗ്ലാദേശ് മനുഷ്യന്റെ അടിസ്ഥാന ജീവിതാവ ശ്യങ്ങൾക്കും സാമൂഹികമായ അന്തസ്സിനും പ്രാധാന്യം നല്കി.

ബംഗ്ലാദേശിന്റെ തിരഞ്ഞെടുപ്പ് ചരിത്രവും പാർലമെന്ററി രംഗവും പഠനാർഹമായ വിഷയമാണ്. ഏതൊരു ഏഷ്യൻ രാജ്യത്തെപ്പോലെയും ഭരണ അട്ടിമറികൾ, സംഘർഷങ്ങൾ, പട്ടാളഭരണം എന്നിവ ബംഗ്ലാദേ ശിനും സ്വന്തം. കഴിഞ്ഞ പാർലമെന്ററി തിരഞ്ഞെടുപ്പിൽ ആകെ 299 സീറ്റുകളിൽ 288 സീറ്റുകൾ അവാമി ലീഗിന് ലഭിച്ചു. ബംഗ്ലാദേശ് നാഷ ണൽ പാർട്ടിയുടെ മുന്നണിക്ക് ഏഴ് സീറ്റാണ് ലഭിച്ചത്. തിരഞ്ഞെടുപ്പ് അട്ടിമറിക്കപ്പെടുന്നതായി പ്രതിപക്ഷത്തിന് പരാതിയുണ്ട്. ശൈഖ് ഹസീന ഏറെ ജനപിന്തുണയുള്ള നേതാവാണ്. മതസൗഹാർദ്ദത്തിന് ഊന്നൽ നല്കുന്ന ഭരണമാണ്. എന്നാൽ പ്രതിപക്ഷമാകട്ടെ, മതമൗലി കവാദികൾക്ക് സഹായകരമായ നിലപാടാണ് സ്വീകരിച്ചത്. വിദ്ധ്വംസക പ്രവർത്തനങ്ങൾ ആര് സംഘടിപ്പിച്ചാലും ചെറുക്കേണ്ടത് ജനങ്ങളുടെ കടമയാണ്.

ബംഗ്ലാദേശിന്റെ സാമ്പത്തിക വളർച്ചാനിരക്ക് വർദ്ധിപ്പിക്കാൻ ശൈഖ് ഹസീന സർക്കാരിന് കഴിഞ്ഞിട്ടുണ്ട്. താഴേത്തട്ടിലുള്ള ജനവിഭാ ഗങ്ങളിലേക്ക് അത് എത്ര കണ്ട് എത്തി എന്ന കാര്യത്തിലാണ് സംശയം. തൊഴിലില്ലായ്മ, ദാരിദ്ര്യം എന്നിവ പരിഹരിക്കേണ്ടതുണ്ട്.

1971 ലായിരുന്നു ആദ്യത്തെ ബംഗ്ലാദേശ് സർക്കാർ രൂപീകരണം. ശൈഖ് മുജീബുർ റഹ്മാൻ ആദ്യ പ്രസിഡന്റും താജുദ്ദീൻ അഹമ്മദ് പ്രധാനമന്ത്രിയും. 1975 നിലവിലുള്ള സർക്കാരിനെ അട്ടിമറിച്ചു. സിയാ ഉർ റഹ്മാൻ അധികാരം പിടിച്ചെടുത്തു. 1977 സിയാ ഉർ റഹ്മാൻ പ്രസി ഡന്റായി വന്നു. എന്നാൽ 1980 സിയാ ഉർ റഹ്മാൻ കൊല്ലപ്പെട്ടു. 1982 അട്ടിമറിയിലൂടെ ലെഫ്റ്റനന്റ് ജനറൽ ഹുസൈൻ മുഹമ്മദ് എർഷദ് ഭരണത്തിൽ വന്നു. 1990 എർഷദ് രാജിവച്ചതിനെത്തുടർന്ന് 1991 ൽ നടന്ന തിരഞ്ഞെടുപ്പിൽ ഖാലിദാസിയ പ്രധാനമന്ത്രിയായി. സിയാ ഉർ റഹ്മാന്റെ ഭാര്യയായിരുന്നു. 1996 തിരഞ്ഞെടുപ്പിൽ ശൈഖ് ഹസീനയുടെ നേതൃ ത്വത്തിൽ അവാമിലീഗ് അധികാരത്തിൽ വന്നു. 2001 ഖാലിദാസിയ പ്രധാനമന്ത്രിയായി. 2006-2007 കാലയളവിൽ വലിയ സംഘർഷങ്ങളും സമരങ്ങളുമുണ്ടായി. ഭരണസ്തംഭനമായിരുന്നു ഫലം.

1972 ൽ രൂപീകൃതമായ ഭരണഘടനയുടെ ചട്ടക്കൂട് ഉണ്ടെങ്കിലും നിരവധി തവണ ബംഗ്ലാദേശ് ജനാധിപത്യത്തിൽ അപഭ്രമംശങ്ങളുണ്ടാ

യി. സ്വാതന്ത്ര്യത്തിന്റെയും ജനാധിപത്യത്തിന്റെയും മഹത്തായ ആശയങ്ങളുമായാണ് ബംഗ്ലാദേശ് നിലവിൽ വന്നത്. ബംഗ്ലാ ജനതയ്ക്ക് അഭിമുഖീകരിക്കേണ്ടി വന്ന വറുതിയും ദുരിതവുമെല്ലാം ലോകചരിത്രത്തിൽ തന്നെ മറ്റ് അധികം രാജ്യങ്ങൾക്ക് അഭിമുഖീകരിക്കേണ്ടി വന്നിട്ടില്ല. ആ സഹനങ്ങളുടെ ഗുണഫലങ്ങൾ ഒരു ജനതയെന്ന നിലയിൽ അവർ ഏറെ കാംക്ഷിക്കുന്നു.

പ്രസിഡന്റ്, പ്രധാനമന്ത്രി എന്നിവയുള്ള ജനാധിപത്യ ക്രമമാണ് ബംഗ്ലാദേശിലേത്. പ്രധാനമന്ത്രിയാണ് സർക്കാർ തലവൻ. അവാമിലീഗാണ് പ്രധാന രാഷ്ട്രീയപാർട്ടി. മതേതരത്വം, ബംഗാളി ദേശീയത, പാർലമെന്റിന്റെ അധികാരം എന്നീ മൂല്യങ്ങൾ അവർ മുന്നോട്ടുവച്ചു. കമ്യൂണിസ്റ്റ് പാർട്ടി ഓഫ് ബംഗ്ലാദേശ്, കൃഷക് ശ്രമിക് അവാമിലീഗ്, നാഷണൽ അവാമി പാർട്ടി എന്നീ ചെറു കക്ഷികളുമുണ്ട്. ബംഗാളി ദേശീയത, ഇസ്ലാമിക മൂല്യങ്ങൾ എന്നിവ ഉയർത്തിപ്പിടിക്കുന്ന കക്ഷിയാണ് ബംഗ്ലാദേശ് നാഷണൽ പാർട്ടി (ബി എൻ പി)

കുറച്ച് ദിവസങ്ങൾ മാത്രമുള്ള എന്റെ ബംഗ്ലാദേശ് പര്യടനം തീരുകയാണ്. അയൽരാജ്യങ്ങളിൽനിന്ന് ഉയരുന്ന ആഹ്ലാദവും സങ്കടവും നമ്മുടേത് തന്നെയാണ്. മതപരവും വംശീയവുമായ സംഘർഷങ്ങൾ ലോകത്ത് വർദ്ധിക്കുന്നുണ്ട്, ദക്ഷിണേഷ്യയിലും. ശ്രീലങ്കയിൽ തമിഴ്-സിംഹള ഏറ്റുമുട്ടലുകൾ പതിവായ ഒരു കാലത്തുനിന്ന് സ്ഥിതിഗതികൾ മാറിയിട്ടുണ്ട്. എന്നാൽ തമിഴ് വിഭാഗത്തിന്റെ പരാതികൾ പരിഹരിക്കപ്പെട്ടിട്ടില്ല. അടുത്തകാലത്ത് ക്രിസ്ത്യൻ ചർച്ചിന് നേരെയുണ്ടായ ഭീകരാക്രമണം ആരെയും നടുക്കുന്നതായിരുന്നു. പാകിസ്ഥാനിൽ ഭരണകൂട പിന്തുണയോടുകൂടി പലപ്പോഴും തീവ്രവാദഗ്രൂപ്പുകൾ ശക്തി നേടുകയാണ്. പള്ളികളിലും വിദ്യാലയങ്ങളിലും നടക്കുന്ന ബോംബാക്രമണങ്ങൾ അതിന്റെ മറ്റൊരു മുഖമാണ്. മ്യാൻമാറിലെ റാഖൈനിയിൽ റോഹിന്ഗ്യൻ ജനവിഭാഗം അനുഭവിക്കുന്ന പീഡനങ്ങളും എടുത്തുപറയേണ്ടതാണ്. അഭയാർത്ഥികളായ റോഹിങ്ക്യകൾ ബംഗ്ലാദേശ്, ഇന്ത്യ തുടങ്ങിയ രാജ്യങ്ങളിൽ കഴിയുന്നുണ്ട്. നേപ്പാളിൽനിന്ന് ചെറിയ അതിർത്തിയിൽ പ്രശ്നങ്ങൾ കേട്ടുതുടങ്ങിയിട്ടുണ്ട്. ഇന്ത്യയിൽ എഴുത്തുകാരുടെയും സാംസ്കാരിക പ്രവർത്തകരുടെയും കൊലപാതകങ്ങൾ, ന്യൂനപക്ഷ-ദളിത് വിഭാഗങ്ങൾ നേരിടുന്ന അതിക്രമം ഇവയൊക്കെ പ്രധാന പ്രശ്നമാണ്.

നിരവധി ആഭ്യന്തര സംഘർഷങ്ങൾ, ഭരണ അട്ടിമറികൾ ബംഗ്ലാദേശിൽ നടന്നിട്ടുണ്ട്. ഇത്തരം ദുഷ്പ്പേരുകളിൽനിന്ന് മുക്തരായി വരികയാണ്. സ്ഥായിയായ ഭരണം അതിനു കാരണമാണ്. വിദ്യാഭ്യാസമുള്ള പുതിയ തലമുറ, പുസ്തകവായന, സാഹിത്യപ്രവർത്തനങ്ങൾ എന്നിവയൊക്കെ പ്രശംസനീയമാണ്.

ബംഗ്ലാദേശിൽ ക്രിക്കറ്റ് വളർന്ന് വികസിക്കുന്നുണ്ട്. ഏത് രാജ്യത്തോടും കിടപിടിക്കത്തക്ക ഒരു ക്രിക്കറ്റ് രാജ്യമായി വളർന്നുവന്നത്

ഞങ്ങളുടെ കൗമാര യൗവനങ്ങളോടൊപ്പമാണ്. ക്രിക്കറ്റ് എന്ന ഗെയിമിനെ സ്വതേ ചൂഴ്ന്ന് നില്ക്കുന്ന വാണിജ്യത്തിന്റെ കബളിപ്പിക്കലുകളും മൂന്നാംലോക രാജ്യങ്ങളോടുള്ള വിപണിയുടെ അമിതാസക്തിയും മാറ്റിവച്ച് നിരീക്ഷിച്ചാൽ സ്നേഹം നിറഞ്ഞ ഒരു കൗതുകത്തോടെ ഒരു കുഞ്ഞിന്റെ വളർച്ചയെന്നതുപോലുള്ള പരിണാമങ്ങൾ ബംഗ്ലാ ക്രിക്കറ്റിന്റെ വളർച്ചയിൽ കാണാം.

മതേതര മൂല്യങ്ങൾ ഉയർത്തിപ്പിടിക്കുന്നവരാണ് ബംഗ്ലാദേശികൾ. എന്നാൽ അടുത്ത കാലത്തായി ചില അസ്വസ്ഥതകൾ ഉടലെടുത്തിരിക്കുന്നു. 2016 ജൂണി ധാക്കയിലെ ഗുൽഷാൻ മേഖലയിൽ ഒരു ഭീകരാക്രമണം നടന്നത് ആരും മറന്നുകാണില്ല. നയതന്ത്ര പ്രാധാന്യമുള്ള മേഖലയാണ്. സുഹൃത്തുക്കൾക്കൊപ്പം സമയം ചെലവിടാനും റമദാൻ നോമ്പ് തുറക്കാനും എത്തിയവരെയാണ് തീവ്രവാദികൾ വധിച്ചത്. വിദേശികളും സ്വദേശികളും ഉൾപ്പെടെയുള്ളവർ ധാക്ക ഹോളി ആർട്ടിസാൻ റെസ്റ്റോറന്റിൽ വച്ചാണ് ആക്രമിക്കപ്പെട്ടത്. 40 പേരെ രാത്രിയിൽ ബന്ദിയാക്കി. 20 പേരെ ക്രൂരമായി കൊലപ്പെടുത്തി. ദക്ഷിണകൊറിയ, ജപ്പാൻ, ഇറ്റലി എന്നിവിടങ്ങളിൽ നിന്നുവന്നവരാണ് കൊല്ലപ്പെട്ടവരിൽ അധികവും. ബംഗ്ലാദേശി വസ്ത്രവ്യാപാരിയായ ഡൽഹി സ്വദേശി സഞ്ജയ് ജയിനിന്റെ മകൾ താരിഷി ജയിനും (18 വയസ്സ്) കൊല്ലപ്പെട്ടു. പൊലീസ്, സൈനിക–അർദ്ധസൈനിക വിഭാഗങ്ങൾ നടത്തിയ കമാന്റോ ഓപ്പറേഷനിലൂടെയാണ് ബന്ദികളാക്കപ്പെട്ടവരിൽ നിരവധിപേരെ രക്ഷിച്ചത്. ഇന്ത്യ, ജപ്പാൻ, ശ്രീലങ്ക എന്നിവിടങ്ങളിൽ നിന്നുള്ളവർ ഇതിൽ ഉൾപ്പെടുന്നു. രക്ഷാപ്രവർത്തനത്തിനിടെ രണ്ട് പൊലീസുകാർക്കും ജീവൻ നഷ്ടപ്പെട്ടു. തീവ്രവാദത്തിനെതിരെ ശക്തമായ നിലപാട് സ്വീകരിക്കുമെന്ന് പ്രഖ്യാപിച്ച ബംഗ്ലാദേശ് പ്രധാനമന്ത്രി ഷെയ്ഖ് ഹസീനയുടെ വാക്കുകൾ ഇപ്രകാരമാണ്: “ഈ ആക്രമണം അങ്ങേയറ്റത്തെ ക്രൂരതയാണ്. ഹീനമായ പ്രവൃത്തി. റമദാനിലെ സന്ധ്യാപ്രാർത്ഥനയുടെ പുണ്യത്തിനു പകരം ആളെക്കൊല്ലാനാണ് അവർ പോയത്. അസഹനീയമാണിത്. അവർക്ക് ഒരു മതവുമില്ല. ഭീകരതയാണ് അവരുടെ മതം.” ആക്രമണത്തിന്റെ ഉത്തരവാദിത്വം ഐ എസ് ഐ എസ് ഏറ്റെടുത്തതായി മാധ്യമങ്ങൾ റിപ്പോർട്ടു ചെയ്തു. തീവ്രവാദസംഘടനകളായ ജമാ അത്തു മുജ്ഹിദീൻ, അൻസറു ബംഗ്ല, ഹേ ഫസാത് ഇ ഇസ്ലാം എന്നിവ ശക്തിപ്രാപിച്ചുവരുന്നത് ജനങ്ങളെ ഭയപ്പെടുത്തുന്നുണ്ട്.

അടിക്കടിയുണ്ടാവുന്ന പ്രകൃതിദുരന്തങ്ങൾ, തൊഴിലില്ലായ്മ, ഉന്നതവിദ്യാഭ്യാസ സ്ഥാപനങ്ങളുടെ കുറവ്, ദാരിദ്ര്യം തുടങ്ങി നിരവധി പ്രതിസന്ധികൾ രാജ്യം നേരിടുന്നു. സാംസ്കാരിക പ്രവർത്തകർക്ക് നേരെ ഉണ്ടാവുന്ന അതിക്രമം ജനങ്ങൾക്കിടയിൽ ഭീതി നിറച്ചിരിക്കുന്നു. പ്രമുഖ ബ്ലോഗ് എഴുത്തുകാരനായ ഡോ. അവിജിത് റോയിയെ മൃഗീയമായാണ് മതമൗലികവാദികൾ കൊലപ്പെടുത്തിയത്. രാജഷാഹി സർവ്വ

ബംഗ്ലാദേശ് വിമോചനത്തിനുശേഷം

കലാശാല ഇംഗ്ലീഷ് വിഭാഗത്തിലെ പ്രൊഫ. റസൂ ഖരിം സിദ്ദീക്കി അറിയപ്പെടുന്ന സാംസ്കാരിക പ്രവർത്തകനാണ്. തീവ്രവാദ സംഘടനകൾക്ക് വേരോട്ടമുള്ള പ്രദേശങ്ങളിൽ സ്കൂൾ സ്ഥാപിക്കുകയും വിദ്യാഭ്യാസ പ്രവർത്തനങ്ങളിൽ ഏർപ്പെടുകയും ചെയ്തു. സർവ്വകലാശാലയിലേക്കുള്ള യാത്രാമദ്ധ്യേ സിദ്ദീക്കി വധിക്കപ്പെട്ടു. അതേ സർവ്വകലാശാലയിലെ സോഷ്യോളജി വിഭാഗത്തിലെ പ്രൊഫ. ഷഫീയു ഇസ്ലാമിന്റെ ജീവനും അപഹരിക്കപ്പെട്ടു.

വസ്ത്രസ്വാതന്ത്ര്യം, പൗരാവകാശം എന്നീ വിഷയങ്ങളിൽ തന്റേതായ നിലപാടുകൾ അദ്ദേഹം അവതരിപ്പിച്ചു. അതുതന്നെയാണ് മതമൗലികവാദികളെ പ്രകോപിപ്പിച്ചത്. വർഗ്ഗീയതയെ ശക്തമായി പ്രതിരോധിക്കുന്ന ഫെയ്സ്ബുക്ക് പോസ്റ്റുകളിലൂടെയാണ് നസീമുദ്ദീൻ സമദ് എന്ന നിയമ വിദ്യാർത്ഥി ഖ്യാതി നേടുന്നത്. ജഗന്നാഥ സർവ്വകലാശാലയിലെ മിടുക്കനായ ഈ വിദ്യാർത്ഥിയും കൊലചെയ്യപ്പെട്ടു. ലൈംഗിക ന്യൂനപക്ഷങ്ങൾക്കു വേണ്ടി ശബ്ദിച്ച സീനിയർ ജേണലിസ്റ്റ് ജു ഹാഷ് മന്നാൻ, സുഹൃത്ത് തനാ ഫാഹിം എന്നിവരെ ധാക്കയിലെ കാലാബാഗിനിലുള്ള ഫ്ളാറ്റിൽ വച്ചാണ് വെട്ടിവീഴ്ത്തിയത്. രണ്ടുപേരും മരിച്ചു. സാമൂഹ്യ സാംസ്കാരിക പ്രവർത്തകരായ ഫൈസ ആരിഫെയ്ൻ, അഹമ്മദ് റാജിബ് ഹൈദർ, അനന്ത ബിജോയ് ദാസ്, സുന്നിയൂർ റഹ്മാൻ, നീലെയ് നീ ചൗധരി തുടങ്ങി നിരവധിപേരുടെ ജീവൻ മതമൗലികവാദികൾ കവർന്നു. 1971 ലെ ബംഗ്ലാദേശ് വിമോചന സമരകാലത്ത്, നിരപരാധികളെ പീഡിപ്പിച്ച ജമാഅത്തെ ഇസ്ലാമി നേതാക്കന്മാർ ഇത്

അന്വേഷിക്കുന്ന ട്രിബ്യൂണലിനുമുന്നിൽ വിചാരണ ചെയ്യപ്പെടുകയാണ്. ബോധപൂർവ്വം ഭീതിയുടെ അന്തരീക്ഷം സൃഷ്ടിക്കാനും ആഭ്യന്തര സമാധാനത്തെ തകർക്കാനും സംഘടിതമായ ശ്രമം നടക്കുന്നതായും വാർത്തയുണ്ട്. ഐ എസ് ഭീകരരുടെ സാന്നിദ്ധ്യം ബംഗ്ലാദേശിലുണ്ട് എന്ന് നിരവധി വാർത്തകൾ വന്നു. ഭീകരവാദത്തിലേക്ക് യുവതലമുറ വഴി മാറുന്നത് ഏത് രാജ്യത്തിന്റേയും സല്പേരിന് കളങ്കമാണ്. മതരാഷ്ട്ര വാദവും സങ്കുചിത ദേശീയതയും ആധുനിക ജനാധിപത്യത്തിനു ഭീഷണിയാണ്. ഇന്ത്യയിൽ എം എം കൽബുർഗിയും നരേന്ദ്രധബോൽക്കറും ഗോവിന്ദ പൻസാരെയും വധിക്കപ്പെട്ടത് മതനിരപേക്ഷ മൂല്യങ്ങൾ ഉയർത്തിപ്പിടിച്ചതുകൊണ്ടാണ്. ഫാസിസ്റ്റ്, താലിബനിസ്റ്റ് ശക്തികൾ സാംസ്കാരിക പ്രവർത്തകരെ ഭയക്കുന്നതുണ്ട്. മരണത്തിന് മുന്നിലും മാനവികതയുടെ കൊടിപിടിക്കുന്നത് അവരാണ്.

ഭീകരവാദികളെ ഒറ്റപ്പെടുത്താനും രാജ്യാന്തരബന്ധമുള്ള സംഘങ്ങളെ കണ്ടെത്താനും ബംഗ്ലാദേശ് സർക്കാർ നടത്തുന്ന ഇടപെടൽ പ്രശംസനീയമാണ്. മതേതരത്വം സംരക്ഷിക്കുമെന്ന ബംഗ്ലാദേശ് മന്ത്രിമാർ ലോകത്തിനുമുന്നിൽ ഉറപ്പുതന്നിട്ടുള്ളതുമാണ്. എന്നാൽ ഐ എസ് പോലുള്ള ചില ദുഷ്ട ശക്തികൾ പ്രാദേശിക സഹായത്തോടെ നടത്തുന്ന ഇടപെടലിനെ കരുതലോടെ കാണണം. അടുത്ത കാലത്തുണ്ടായ ചില സംഭവങ്ങൾ ദുഃസൂചനയായി മാറുകയാണ്.

അഭയാർത്ഥികൾ വന്ന വഴികൾ

അഭയാർത്ഥിപ്രശ്നവും അതിർത്തിയിലെ കുഴപ്പങ്ങളും എൻക്ലേവുകളുടെ അവകാശ തർക്കവും ഇന്തോ–ബംഗ്ലാദേശ് ബന്ധത്തെ ചെറുതായി ബാധിച്ചിട്ടുണ്ട്. ഇന്ത്യയും ബംഗ്ലാദേശും തമ്മിലുള്ള അതിർത്തി തർക്കങ്ങളിൽ ചിലത് കൗതുകകരമാണ്. ഇന്ത്യാ–പാക് വിഭജന കാലത്ത് തന്നെ അതിർത്തിയിലുണ്ടായ തർക്കങ്ങൾ ബംഗ്ലാദേശ് രൂപീകരണശേഷവും പരിഹരിച്ചില്ല. എൻക്ലേവുകളുടെ അഥവാ തുരുത്തുകളുടെ മേലുള്ള തർക്കമാണ് അതിൽ മുഖ്യം. ഇപ്രകാരം 162 കേന്ദ്രങ്ങളുണ്ട്. ഇന്ത്യയുടെ എൻക്ലേവുകളിൽ ചിലത് ഭൂമിശാസ്ത്രപരമായി ബംഗ്ലാദേശിലാണ്. ബംഗ്ലാദേശിന്റെ എൻക്ലേവുകളിൽ ചിലത് ഇന്ത്യയിലും. രണ്ടു രാജ്യങ്ങളും അംഗീകരിച്ച കരാർ അനുസരിച്ച് അമ്പത്തി ഒന്ന് എൻക്ലേവുകൾ ബംഗ്ലാദേശ് ഇന്ത്യക്ക് നല്കും. അമ്പതിനായിരത്തോളം മനുഷ്യരുടെ പലവിധ പ്രശ്നങ്ങളാണ് ഇതോടെ പരിഹരിക്കപ്പെടുന്നു. കൂച്ച്, ബീഹാർ, ലാ മൊർഹാർ, കുരിഗ്രാം, നി ഫാമരി, പഞ്ചഗഡ് വരെയുള്ള വയാണ് 162 തുരുത്തുകൾ. 1974 ൽ ശൈഖ് മുജീബുർ റഹ്മാനും ഇന്ദിരാഗാന്ധിയുമായി ഒപ്പുവച്ച അതിർത്തി കരാർ ഇന്ത്യൻ പാർലമെന്റ് അംഗീകരിച്ചത് ഈ അടുത്ത കാലത്താണ്. എൻക്ലേവുകൾ പരസ്പരം കൈമാറണമെന്ന് ധാരണയായെങ്കിലും ഈ വിഷയത്തിൽ ഇന്ത്യയിലെയും ബംഗ്ലാദേശിലെയും പാർട്ടികൾക്ക് തമ്മിൽ തന്നെ വ്യത്യസ്ത അഭിപ്രായമായിരുന്നു. 1975 ൽ ബംഗ്ലാദേശിൽ പട്ടാളഭരണം വന്ന ശേഷം പ്രശ്നപരിഹാരം പാതിവഴിയിലായി.

ചിറ്റ്മഹലുകൾ എന്നാണ് എൻക്ലേവുകൾ അറിയപ്പെട്ടത്. കൂച്ച് ബീഹാർ, രംഗ്പൂർ എന്നീ രണ്ട് ചെറു രാജ്യങ്ങൾ അവിഭക്ത ഇന്ത്യയിലുണ്ടായിരുന്നു. അന്നുമുതലുള്ള തർക്കമാണ്. രണ്ടു നാട്ടിലെയും രാജാ

ക്കന്മാർ ചൂതുകളി പ്രിയരായിരുന്നു. കളിയിൽ തോല്ക്കുമ്പോൾ കൂച്ച് ബീഹാർ രാജാവ് തന്റെ അതിർത്തിയിലെ കുറച്ച് ഭൂമി രംഗ്പൂർ രാജാവിന് നല്കും. കളിയിൽ രംഗ്പൂർ രാജാവാണ് തോല്ക്കുന്നതെങ്കിൽ തന്റെ അതിർത്തിയിലെ കുറച്ച് പ്രദേശങ്ങൾ കൂച്ച് ബീഹാർ രാജാവിന് നല്കും. അങ്ങനെ കളി തുടർന്നു. എന്നാൽ സ്വാതന്ത്ര്യലബ്ധിക്കുശേഷം കളി കാര്യമായി. ബ്രിട്ടീഷുകാർ ബംഗാൾ വിഭജിച്ചു. പശ്ചിമഭാഗം ഇന്ത്യയോടും പൂർവ്വഭാഗം പാകിസ്ഥാനോടും ചേർത്തു. കൂച്ച് ബീഹാർ ഇന്ത്യയിലും രംഗ്പൂർ പാകിസ്ഥാനും ലഭിച്ചു. എന്നാൽ നേരത്തെ നടത്തിയ ചൂതുകളിയുടെ ഭാഗമായി കൂച്ച് ബീഹാർ രാജാവിന് ലഭിച്ച രംഗ്പൂരിലെ ഭൂമിയുടെ അവകാശികൾ ഇന്ത്യയും രംഗ്പൂർ രാജാവിന് ലഭിച്ച കൂച്ച് ബീഹാറിലെ ഭൂമി പാകിസ്ഥാനും എന്നായി മാറി. അതായത് ഭൂമി നില്ക്കുന്ന സ്ഥലം രാഷ്ട്രീയമായി ഒരു രാജ്യത്തിന്റെ അധീനതയിലും ഭൂമിശാസ്ത്രപരമായി മറ്റൊരു രാജ്യാതിർത്തിയിലും. അതുകൊണ്ട് തന്നെ ജനങ്ങളുടെ പൗരത്വവും അസ്തിത്വവും ആറര പതിറ്റാണ്ടായി പ്രതിസന്ധിയിലാണ്.

പണ്ഡിറ്റ് നെഹ്റുവും ഷെയ്ഖ് മുജീബുർ റഹ്മാനും ഇന്ദിരാഗാന്ധിയും ഉൾപ്പെടെ നിരവധിപേർ പ്രശ്നപരിഹാരത്തിനായി ശ്രമിച്ചിട്ടുണ്ട്. ഇന്ത്യയിൽ ബംഗ്ലാദേശിന്റേതായി 51 ചിറ്റ്മഹലുകളും (അവിടെ ആകെ ജനസംഖ്യ പതിനയ്യായിരം) ബംഗ്ലാദേശിൽ ഇന്ത്യയുടേതായി 111 എണ്ണവും (ജനസംഖ്യ മുപ്പത്തി ഏഴായിരം) ഉണ്ട്. ബംഗ്ലാദേശ് അതിർത്തിയിൽ ഇന്ത്യയുടേതായി പതിനേഴായിരം ഏക്കർ ഭൂമിയും ഇന്ത്യൻ അതിർത്തിയിൽ ബംഗ്ലാദേശിന്റേതായി ഏഴായിരം ഏക്കർ ഭൂമിയും. ചർച്ചകൾക്കൊടുവിൽ 2017 ലാണ് പരിഹാരമുണ്ടായത്. രണ്ട് രാജ്യങ്ങളിലും അകപ്പെട്ട ജനങ്ങൾക്ക് ഏത് പൗരത്വമാണ് തിരഞ്ഞെടുക്കുന്നതെങ്കിലും അത് നല്കാനുള്ള വ്യവസ്ഥ നിലവിൽ വന്നു. ഇന്ത്യൻ അതിർത്തിക്കുള്ളിലെ ബംഗ്ലാദേശ് ഭൂമി ഇന്ത്യക്കും ബംഗ്ലാദേശ് അതിർത്തിയിലുള്ള ഇന്ത്യൻ ഭൂമി ബംഗ്ലാദേശിനും ലഭിക്കും. ജനങ്ങൾ അവിടവിടങ്ങളിൽ തുടരാനാണ് തീരുമാനിക്കുന്നതെങ്കിൽ തുടരാം. അല്ലെങ്കിൽ അടുത്ത രാജ്യങ്ങളിലെ പൗരത്വം സ്വീകരിക്കാം. ഇന്ത്യക്കുള്ളിലെ ബംഗ്ലാദേശ് ഭൂമി ഇന്ത്യക്കും ബംഗ്ലാദേശിനുള്ളിലെ ഇന്ത്യൻ ഭൂമി പാകിസ്ഥാനും ലഭിച്ചു. ഇന്ത്യയിൽ ജീവിക്കുന്ന, ബംഗ്ലാദേശ് ഭൂമിയിലെ സ്ഥിരതാമസക്കാരായ പതിനയ്യായിരം പേർ ഇന്ത്യയിൽ തുടരാൻ തീരുമാനിച്ചു. ബംഗ്ലാദേശിലെ ഇന്ത്യൻ ഭൂമിയിൽപ്പെട്ട തൊള്ളായിരത്തി എൺപത്തി ഒന്നുപേർ ഇന്ത്യയിലേക്കു വന്നു. അവിടെയുള്ള ജനസംഖ്യയിലധികം കർഷകരാണ്. ബംഗ്ലാദേശ് സർക്കാരിന്റെ ഭൂരേഖകൾ കൂച്ച് ബീഹാറിലുള്ളവരുടെ പക്കലുണ്ടായിരുന്നു. ജനങ്ങളുടേത് യാതനാപൂർണ്ണമായ ജീവിതമായിരുന്നു. റേഷൻകാർഡ് ആർക്കുമില്ല. വൈദ്യുതി, വെള്ളം എന്നിവയ്ക്കും പ്രയാസപ്പെട്ടു. ഇൻഡോ–ബംഗ്ലാദേശ് എൻക്ലേവ് എക്

സ്ചേഞ്ച് ഏകോപനസമിതി രൂപീകരിച്ചു. ബംഗ്ലാദേശിൽനിന്ന് വന്നവരെ ദിൻ ഹാട്ട, മെക്ക്ലിഹഞ്ച്, ഹാ ദിബാരി എന്നിവിടങ്ങളിൽ പാർപ്പിച്ചിട്ടുണ്ട്.

ബംഗ്ലാദേശിലെ മറ്റൊരു അതിർത്തി മ്യാൻമാറാണ്. കോക്ക്സസ് ബസാർ ആണ് പ്രധാന അതിർത്തിപട്ടണം. മ്യാൻമാറിൽ വംശീയ പീഡനം അനുഭവിച്ച റോഹിങ്ക്യൻ വിഭാഗം അതിർത്തി കടക്കാറുണ്ട്. ആറു ലക്ഷത്തോളം അഭയാർത്ഥികൾ ബംഗ്ലാദേശിലുണ്ട്. 2017 ആഗസ്തിൽ ഏഴരലക്ഷം റോഹിങ്ക്യൻ വംശജർ റാഖൈയിനിൽനിന്ന് ബംഗ്ലാദേശി ലെത്തി. റോഹിങ്ക്യൻ ജനങ്ങളെ സ്വീകരിച്ച ബംഗ്ലാദേശിനെ മാർപ്പാപ്പ അഭിനന്ദിച്ചു. മ്യാൻമാറിലെ ഭരണകൂടഭീകരതയുടെ ഇരകളാണ്. റോഹിങ്ക്യൻ വിഭാഗം ബംഗ്ലാദേശിൽ സുരക്ഷിതരാണെന്ന് അവർ പറയുന്നുണ്ട്. ഓപ്പറേഷൻ ഇൻസാനിയാത്ത് എന്ന പദ്ധതിയിലൂടെ ഇന്ത്യ അവിടേക്ക് ആവശ്യസാധനങ്ങൾ എത്തിക്കാറുണ്ട്. അരി, ധാന്യങ്ങൾ, പഞ്ചസാര, ഉപ്പ്, ബിസ്കറ്റ്, എണ്ണ, തേയില എന്നിവ നല്കുന്നു. കോക്ക്സസ് ബസാറിൽ യു എൻ അഭയാർത്ഥി വിഭാഗത്തിന് പ്രത്യേക സംവിധാനമുണ്ട്.

ഇന്ത്യയും ബംഗ്ലാദേശും തമ്മിൽ മറ്റു ചില അതിർത്തി തർക്കങ്ങളും ഉണ്ടായിരുന്നു. അതിൽ മിക്കവയും പരിഹരിക്കപ്പെട്ടുകഴിഞ്ഞു. അതിർത്തികളിൽ സനേഹം വിളയട്ടെ എന്ന് നമുക്കും ആശിക്കാം.

1947 ലും 1970 കളുടെ തുടക്കത്തിലും ബംഗാളിലേക്കുണ്ടായ അഭയാർത്ഥിപ്രവാഹം ആരും മറന്നുകാണില്ല. 1970 കളുടെ തുടക്കത്തിൽ അതിർത്തി കടന്നെത്തിയ ലക്ഷക്കണക്കിനാളുകൾ പിന്നീട് തിരിച്ചു പോയി. തിരിച്ചുപോവാത്തവർ ഇവിടെ താമസിച്ചു. അവരെ നാം നമ്മുടെ സഹോദരങ്ങളായി കണ്ടു. ഹിന്ദുവും മുസ്ലീമും അതിലുണ്ട്. ബംഗാൾ, മേഘാലയ, ആസാം, ത്രിപുര, മണിപ്പൂർ എന്നിവിടങ്ങളിൽ അവർ താമസിച്ചു. പക്ഷേ, പിന്നീട് വടക്കു കിഴക്കൻ സംസ്ഥാനങ്ങളിൽ ഇതൊരു പ്രശ്നമായി വളർന്നു. ഭൂമിശാസ്ത്രപരവും സാംസ്കാരികവുമായ വൈവിദ്ധ്യമുള്ള ജനതയാണ് വടക്കുകിഴക്കുള്ളത്. അതിൽ ഗോത്ര വംശജർ വലിയൊരു വിഭാഗമാണ്. അവരുടെ അവസരങ്ങളും തൊഴിലും ഇല്ലാതാവുമോ എന്ന ഭയം വർദ്ധിച്ചു. ആസാമിൽ വലിയ സംഘർഷങ്ങൾ ഉടലെടുത്തു. ബംഗ്ലാദേശിൽനിന്ന് വന്നവർ മാത്രമല്ല ബീഹാറിൽ നിന്നും യു പിയിൽനിന്നും ബംഗാളിൽ നിന്നുമെല്ലാം കുടിയേറിയവരുണ്ട്. ബംഗാളി സംസാരിക്കുന്നവരെ മുഴുവൻ നുഴഞ്ഞുകയറ്റക്കാരായി മുദ്ര കുത്തി 1984 ൽ ആസാമിലെ നാഗോൺ ജില്ലയിലെ നെല്ലിയിൽ നടന്ന കൂട്ടക്കൊല ഒരു വലിയ ദുരന്തമായിരുന്നു. മൂവായിരത്തിലധികം ബംഗാളി സംസാരിക്കുന്ന ന്യൂനപക്ഷങ്ങൾ അന്ന് കൊല്ലപ്പെട്ടു. ആൾ അസാം സ്റ്റുഡൻറ്സ് യൂണിയൻ (അസു) അതിൽ നിർണ്ണായക പങ്കുവഹിച്ചു. അസമിസ് സ്വത്വബോധമാണ് ഉയർന്നുനിന്നത്. 1985 ലാണ് അസം അക്കോഡ് നിലവിൽ വന്നത്. പ്രധാനമന്ത്രി രാജീവ്ഗാന്ധി, വിദ്യാർത്ഥി സംഘടനയായ അസു സംസ്ഥാന സർക്കാർ എന്നിവർ

ഒപ്പുവച്ച കരാറാണ്. നിയമവിരുദ്ധ കുടിയേറ്റക്കാരെ ഒഴിവാക്കാൻ നടപടി സ്വീകരിക്കും എന്നതായിരുന്നു തത്ത്വം. ബംഗ്ലാദേശ് അഭയാർത്ഥി പ്രശ്നം പ്രധാന ചർച്ചയാക്കിയത് ആസാമിലെ രാഷ്ട്രീയ നേതൃത്വമാണ്.

ബംഗ്ലാദേശിലെ ചിറ്റഗോങ്ങിൽനിന്ന് ചക്മ, ഹജോങ് വംശജർ ഇന്ത്യയിലേക്ക് വന്നിട്ടുണ്ട്. അമ്പതു വർഷത്തോളമായി അവർ ഇവിടെ താമസിക്കുന്നവരാണ്. അരുണാചൽ പ്രദേശ്, പശ്ചിമബംഗാൾ എന്നിവിടങ്ങളിൽ അവർ അധിവസിക്കുന്നു. ഈ വിഭാഗത്തിൽപ്പെട്ടവരുടെ പൗരത്വകാര്യത്തിൽ സുപ്രീംകോടതി മനുഷ്യത്വപരമായ സമീപനം സ്വീകരിച്ചു.

ആസാമിൽ ബംഗാളി ഭാഷ സംസാരിക്കുന്ന ജനത ബംഗ്ലാദേശികൾ എന്ന് മുദ്രകുത്തപ്പെട്ടു. അതിൽ അഭയാർത്ഥികളുണ്ട് എന്നത് യാഥാർത്ഥ്യമാണ്. സംശയമുള്ളവരെ മുഴുവൻ 'ഡി' വോട്ടർമാരായി രേഖപ്പെടുത്തി. പൗരത്വപട്ടിക തയ്യാറാക്കി നിയമവിരുദ്ധ കുടിയേറ്റക്കാരെ പുറത്താക്കുക എന്ന നിലപാടാണ് ഭരണകൂടം സ്വീകരിച്ചത്. 2013 ൽ ദേശീയ പൗരത്വപട്ടികയ്ക്കായി നടപടി എടുക്കണമെന്ന് സുപ്രീം കോടതി ആവശ്യപ്പെട്ടിട്ടുണ്ട്. 2018 ൽ പൗരത്വപട്ടിക പ്രസിദ്ധീകരിച്ചു. തുടർന്ന നിരവധി തർക്കങ്ങൾ ഉയർന്നുവന്നു. 18 ലക്ഷം അപേക്ഷകർ അതിൽ ഉൾപ്പെടാതെ പോയി. ഭേദഗതി നിയമം പാർലമെന്റ് പാസാക്കിയതും ഈ സാഹചര്യത്തിലാണ്. പാകിസ്ഥാൻ, ബംഗ്ലാദേശ്, അഫ്ഗാനിസ്ഥാൻ എന്നിവിടങ്ങളിൽനിന്ന് 2014 മാർച്ച് 31 ന് മുൻപ് ഇന്ത്യയിൽ പ്രവേശിച്ച ഹിന്ദു, ക്രിസ്ത്യൻ, ബൗദ്ധ, ജൈന, പാഴ്സി വിഭാഗങ്ങൾക്ക് പൗരത്വം അനുവദിക്കുന്ന ഭേദഗതിയാണിത്. അഭയാർത്ഥികളുടെ മതം, ജാതി, രാഷ്ട്രം എന്നിങ്ങനെ തരം തിരിച്ച് അതിന്റെ അടിസ്ഥാനത്തിൽ പൗരത്വം നല്കുന്നത് വിവേചനപരമാണെന്ന വാദം ശക്തമായി നിലനില്ക്കുന്നു.

ബംഗ്ലാദേശിൽനിന്ന് നുഴഞ്ഞുകയറ്റം വ്യാപകമാണെന്നും അവർക്ക് സ്വന്തം പൗരന്മാരെ പോറ്റുന്നതിന് ശേഷിയില്ലെന്നുമൊക്കെ ഇന്ത്യയിൽ പ്രചരണം നടക്കുമ്പോൾ ബംഗ്ലാദേശ് ഈ വാദം അംഗീകരിക്കുന്നില്ല. പ്രതിശീർഷ വരുമാനം, ആരോഗ്യമേഖല, തൊഴിൽ, സ്ത്രീ പങ്കാളിത്ത നിരക്ക് തുടങ്ങിയവയിൽ ബംഗ്ലാദേശ് ഏറെ മുന്നേറിയിരിക്കുന്നു. ഇത് വ്യക്തിപരമായ അനുഭവത്തിൽനിന്ന് എനിക്കും ബോദ്ധ്യപ്പെട്ട സംഗതിയാണ്. എന്തായാലും വളരെക്കുറച്ച് ദിവസങ്ങൾകൊണ്ട് ധാക്കയിലെ ഓരോ സ്ഥലവും ഞാൻ പരിചയപ്പെട്ടു. അനേകം മനുഷ്യരുമായി അടുത്തിടപഴകി. ജാതിമതഭേദമെന്യേ എല്ലാവരുടെയും സ്നേഹം ആസ്വദിച്ചുകൊണ്ടുള്ള ദിനങ്ങളാണ് കഴിഞ്ഞുപോയത്. അവിസ്മരണീയമെന്നല്ലാതെ എന്തുപറയാൻ.

വിട, സ്നേഹദേശമേ

എന്റെ യാത്രയ്ക്ക് വിരാമംകുറിക്കുകയാണ്. മടക്കം നാളെ. പുറപ്പെടുന്നതിനായി എല്ലാം തയ്യാറാക്കിവച്ചു. ഇത്രയും ദിവസം ഞാൻ താമസിച്ച ഹോസ്റ്റൽ മുറിയുടെ നിശ്ശബ്ദതയെന്നെ വിഷമിപ്പിച്ചു. രാവിലെ എയർപോർട്ടിലേക്ക് തിരിച്ചു. മനസ്സിൽ പലതും വന്നുപോകുന്നു. അതു ബംഗ്ലാദേശിൽ ഇറങ്ങുംവരെയുള്ള ചിത്രമല്ല ഇപ്പോൾ മനസ്സിലുള്ളത്. സ്നേഹവും സഹാനുഭൂതിയും പങ്കുവച്ച മനുഷ്യർ. യാതൊരു സംശയവുമില്ലാതെ എന്നെ ഒരു വിദേശിയാണെന്ന തോന്നൽ എന്നിലുളവാക്കാതെ ചേർത്തുപിടിച്ചവർ. സാധാരണ ഓട്ടോറിക്ഷാ തൊഴിലാളി മുതൽ വിമാനത്താവളത്തിലെ ഉയർന്ന സുരക്ഷാ ഉദ്യോഗസ്ഥൻവരെ മമതയോടെ പെരുമാറി. മതമോ, നിറമോ, ജാതിയോ, ഭാഷയോ കൊണ്ടെന്നെ ആരും മുറിവേല്പിച്ചില്ല.

മനസ്സിലെ ബംഗ്ലാദേശ് വന്നപ്പോഴുള്ളതല്ല. അന്യതാബോധത്തിന്റെ കണിക പോലും മനസ്സിലില്ല. ഇത് എന്റെ നാടാണെന്ന തോന്നൽ മാത്രമാണിപ്പോൾ മനസ്സിൽ. ഇനി എന്നാണ് വരാനാവുക എന്നറിയില്ല. പക്ഷേ, വരുമെന്ന് തീർച്ച.

യാത്രികന്റെ ഭാണ്ഡത്തിലെ അവശേഷിപ്പുകളെന്തെന്ന് ടാഗോർ ഒരു കവിതയിൽ ചോദിച്ചിട്ടുണ്ട്. അദ്ദേഹത്തിന്റെ നാട് എനിക്ക് നല്കിയ ഉത്തരം സ്നേഹത്തിന്റെ പൊതികൾ എന്നാണ്.

വിമാനത്താവളത്തിലെ വിശ്രമമുറിയിൽ കുറേനേരം ചെലവഴിച്ചു. വിമാനം പുറപ്പെടുകയാണ്. എന്നെ യാത്രയാക്കാൻ ആരും വന്നില്ല. എങ്കിലും ആരോടെന്നില്ലാതെ ഞാൻ കൈവീശി. യാത്ര പറഞ്ഞു.

അനുബന്ധം 1

ബംഗ്ലാദേശ് സ്വാതന്ത്ര്യത്തെപ്പറ്റി സൂചന നൽകികൊണ്ട് ഷെയ്ഖ് മുജീബുർ റഹ്മാന് വേണ്ടി 1971 മാർച്ച് 27 ന് രാവിലെ 7.45 ന് മേജർ സിയാവുർ റഹ്മാൻ നോർത്ത് ചിറ്റഗോങ് നഗരത്തിൽ നടത്തിയ റേഡിയോ പ്രഭാഷണം*

> This is Swadhin Bangla Betar Kendra. I, Major Ziaur Rahman, at the directive of Bangabandhu Sheikh Mujibur Rahman, hereby declare that the independent People's Republic of Bangladesh has been established.... In the name of Sheikh Mujibur Rahman, I call upon all Bangalees to rise against the attack by the West Pakistan army. We shall fight to the last to free our motherland. By the grace of Allah, victory would be ours. Joy Bangla."

Accord between AASU, AAGSP and the Central Government on the Foreign National Issue

(Assam Accord)

15 August 1985

1. Government have all along been most anxious to find a satisfactory solution to the problem of foreigners in Assam. The All Assam Students Union (AASU) and the All Assam Gana Sangram Parished (AAGSP) have also expressed their keenness to find such a solution.
2. The AASU through their Memorandum dated 2nd February 1980 presented to the late Prime Minister Smt. Indira Gandhi, conveyed their profound sense of apprehensions regarding the continuing influx of foreign nationals into Assam and the fear about adverse effects upon the political, social, culture and economic life of the State.
3. Being fully alive to the genuine apprehensions of the people of Assam, the then Prime Minister initiated the dialogue with the AASU/AAGSP. Subsequently, talks were held at the Prime Minister's and Home Minister's level during the period 1980-83. Several rounds of informal talks were held during 1984. Formal discussions were resumed in March, 1985.
4. Keeping all aspects of the problem including constitutional and legal provisions, international agreements, national commitments and humanitarian considerations, it has been decided to proceed as follows:

Foreigners Issue

5.1 For purposes of detection and deletion of foreigners, 1.1.1966 shall be the base data and year.

5.2 All persons who come to Assam prior to 1.1.1966, including those amongst them whose names appeared on the electoral rolls used in 1967 elections shall be regularised.

5.3 Foreigners who came to Assam after 1.1.1966 (inclusive) and upto 24th March, 1971 shall be detected in accordance with the provisions of the Foreigners Act, 1946 and the Foreigners (Tribunals) Order 1964.

5.4 Names of foreigners so detected will be deleted from the electoral rolls in force. Such persons will be required to register themselves before the Registration Officers of the respective districts in accordance with the provisions of the Registration of Foreigners Act, 1939 and the Registration of Foreigners Rules, 1939.

5.5 For this purpose, Government of India will undertake suitable strengthening of the government machinery.

5.6 On the expiry of a period of ten years following the date of detection, the names of all such persons which have been deleted from the electoral rules shall be restored.

5.7 All persons who were expelled earlier, but have since re-entered illegally into Assam shall be expelled.

5.8 Foreigners who came to Assam on or after March 25, 1971 shall continue to be detected, deleted and practical steps shall be taken to expel such foreigners.

5.9 The Government will give due consideration to certain difficulties expressed by the AASU/AAGSP regarding the implementation of the Illegal Migrants (Determination by Tribunals) Act, 1983.

Safeguards and economic development

6. Constitutional, legislative and administrative safeguards, as may be appropriate shall be provided to protect, preserve and promote the culture, social, linguistic identity and heritage of the Assamese people.

7. The Government take this opportunity to renew their commitment for the speedy all round economic development of Assam, so as to improve the standard of living of the people. Special emphasis will be placed on education and science and technology through establishment of national institutions.

Other Issues

8.1 The Government will arrange for the issue of citizenship certificates in future only by the authorities of the Central Government.

8.2 Specific complaints that may be made by the AASU/AAGSP about irregular issuance of Indian Citizenship Certificates (ICC) will be looked into.

9.1. The international border shall be made secure against future infiltration by erection of physical barriers like walls, barbed wire fencing and other obstacles at appropriate places. Patrolling by security forces on land and rivering routes all along the international border shall be adequately intensified. In order to further strengthen the security arrangements, to prevent effectively future infiltration, an adequate number of check posts shall be set up.

9.2 Besides the arrangements mentioned above and keeping in view security considerations, a road all along the international border shall be constructed as to facilitate patrolling by security forces. Land between border and the road would be kept free of human habitation, wherever possible. Riverine patrolling along the international border would be intensified. All effective measures would be adopted to prevent infiltrators crossing or attempting to cross the international border.

10. It will be ensured that relevant laws for prevention of encroachment of government lands in tribal belts and blocks are strictly enforced and unauthorized encroachers evicted as laid down under such laws.

11. It will be ensured that the relevant law restricting acquisition of immovable property by foreigners in Assam is strictly enforced.

12. It will be ensured that Birth and Death Registers are duly maintained.

Restoration of Normalcy

13. The All Assam Students Union (AASU) and the all Assam Gana Sangram Parishad (AAGSP) call off the agitation, assure full co-operation and dedicate themselves towards the development of the country.

14. The Central and the State Government have agreed to:

a. review with sympathy and withdraw cases of disciplinary action taken against employees in the context of the agitation and to ensure that there is no victimization;

b. frame a scheme for ex-gratia payment to next of kin of those who were killed in the course of the agitation;

c. give sympathetic consideration to proposal for relaxation of upper age limit for employment in public services in Assam, having regard to exceptional situation that prevailed in holding of academic and competitive examinations, etc., in the context of agitation in Assam;

d. undertake review of detention cases, if any, as well as cases against persons charged with criminal offences in connection with the agitation, except those charged with commission of heinous offences;

e. consider withdrawal of the prohibitory orders/ notifications in force, if any.

15. The Ministry of Home Affairs will be the nodal Ministry for the implementation of the above.

Signed/-
(P.K. Mahanta)
President
All Assam Students Union

Signed/-
(R.D. Pradhan)
Home Secretary
Govt. of India

Signed/-
(B.K. Phukan)
General Secretary
All Assam Students Union

Signed/-
(Smt. P.P. Trivedi)
Chief Secretary
Govt. of India

Signed/-
(Biraj Sharma)
Convenor
All Assam Gana Sangram Parishad

In the presence of
Signed/-
(Rajiv Gandhi)
Prime Minister of India

Date : 15th August, 1985
Place: New Delhi

1. Election Commission will be requested to ensure preparation of fair electoral rolls.
2. Time for submission of claims and objections will be extended by 30 days, subject to this being consistent with the Election rules.
3. The Election Commission will be requested to send Central Observers.

Signed/-
Home Secretary

1. Oil refinery will be established in Assam.
2. Central Government will render full assistance to the State Government in their efforts to re-open:
   i. Ashok Paper Mill.
   ii. Jute Mills
3. I.I.T. will be set-up in Assam.

Source: The South Asia Terrorism Portal (Website)

അനുബന്ധം 3

1952 ഫെബ്രുവരി 21 ന് ധാക്ക സർവ്വകലാശാല വിദ്യാർഥികളെ വെടിവച്ചു കൊന്ന പാകിസ്ഥാൻ നടപടിക്കെതിരെ, അബ്ദുൽ ഗഫാർ ചൗധരി രചിച്ച ലോകപ്രസിദ്ധമായ കവിത

My Brothers Blood Spattered 21 February

Can I forget the twenty-first of February
incarnadined by the love of my brother?
The twenty-first of February, built by the tears
of a hundred mothers robbed of their sons,
Can I ever forget it?
Wake up all serpents,
wake up all summer thunder-storms,
let the whole world rise up
in anger and protest against the massacre of innocent children.
They tried to crush the demand of the people
by murdering the golden sons of the land.
Can they get away with it
at this hour when the times are poised
for a radical change?
No, no, no, no,
In the history reddened by blood
the final verdict has been given already
by the twenty-first of February.
It was a smooth and pleasant night,
with the winter gone nearly
and the moon smiling in the blue sky

and lovely fragrant flowers blossoming on the roadside,
and all of a sudden rose a storm,
fierce like a wild horde of savage beasts.
Even in the darkness we know who those beasts were.
On them we shower the bitterest hatred
of all mothers brothers and sisters.
They fired at the soul of this land,
They tried to silence the demand of the people,
They kicked at the bosom of Bengal.
They did not belong to this country.
They wanted to sell away her good fortune.
They robbed the people of food, clothing and peace.
On them we shower our bitterest hatred.
Wake up today, the twenty-first of February.
do wake you, please.
Our heroic boys and girls still languish in the prisons of the tyrant.
The souls of my martyred brothers still cry.
But today everywhere the somnolent strength
of the people have begun to stir
and we shall set February ablaze
by the flame of our fierce anger.
How can I ever forget the twenty-first of February?

അനുബന്ധം 4

മലയുടെ ഗീതം

കാസി നസ്റുൾ ഇസ്ലാം

കൊടുങ്കാറ്റുപോലെ വന്യവും
വസന്തംപോലെ അസ്വസ്ഥവും
ദൈവത്തെപ്പോലെ നിർഭയവും
പ്രകൃതിപോലെ ഉദാരവുമാണ്
നാം.

ആകാശംപോലെ സ്വതന്ത്രമായ
മരുഭൂമിയിലലയുന്ന മനുഷ്യർ നാം.
രാജാക്കന്മാരോ അവൻെറ നിയമങ്ങളോ
നമുക്ക് ബാധകമല്ല.

വിരിയുന്ന താമരപ്പൂവുപോലെ
തുറന്ന മനസ്സുമായി ജനിക്കുന്ന
കടലിളക്കുന്ന കാറ്റാണു നാം.
മലമുകളിൽ
നിന്നൊഴുകിയെത്തുന്ന
അരുവിയുടെ കളകൂജനമാണു നാം.

പുൽമേടുപോലെ തുറസ്സും
അദൃശ്യമായ മലനിരകളും
വിടർത്തിയ ചിറകുമായൊഴുകുന്ന
പറവകളും
നമ്മുടെ മനസ്സാണ്.

നീർക്കുമിഴുകൾപോലെ പൊട്ടിച്ചിതറുകയും
ഉന്മാദിയെപ്പോലെ
പാടുകയും ചെയ്യുന്നു.

കാട്ടുപഴങ്ങൾ തിന്നും
മഴവെള്ളം രുചിച്ചും
ഹരിതവനങ്ങളിലെ
മരച്ചോട്ടിലുറങ്ങിയും
ജീവിത നദിയൊഴുകുന്നു.

മലനിരകളിൽ പൊട്ടി
താഴ്നിലങ്ങളിലൊഴുകിപ്പരന്ന
ജീവൻെറയുറവയാണു നാം.

ചിലയ്ക്കുകയും
പാടുകയും
അലറിക്കരയുകയും
എപ്പോഴും
അസ്വസ്ഥമാവുകയും
എന്നാലും
നിരന്തരമൊഴുകുകയും
ചെയ്യുന്ന
ഒരു പുഴ.